- *Ebibonoobono Ekkumi* -

Obulamu
Obw'obujeemu

N'obulamu
Obw'obuwulize

Dr. Jaerock Lee

" 'Kubanga mmanyi ebirowoozo bye ndowooza gye muli,'
bw'ayogera MUKAMA,
'ebirowoozo eby'emirembe so si bya bubi,
okubawa okusuubira enkomerero yammwe ey'oluvannyuma.'"
(Yeremiya 29:11)

Obulamu Obw'obujeemu N'obulamu Obw'obuwulize
kya Dr. Jaerock Lee
Kyafulumizibwa aba Urim Books (Abakulirwa: Seongnam Vin)
73, Yeouidaebang-ro 22-gil, Dongjak-gu, Seoul, Korea
www.urimbooks.com

Obuyinza bwonna tubwesigaliza. Ekitabo kino oba ebitundu byakyo tebirina kufulumizibwa nate mu ngeri yonna, oba okuterekebwa mu ngeri yonna, oba okufulumizibwa mu kika kyonna ng'okwokyesaamu, oba okunaazaamu kkoppi, awatali lukusa okuva eri abaakifulumya.

Okujjako nga kiragiddwa, eby'awandiikibwa byonna bisimbuddwa mu Kitabo Ekitukuvu.

Obwannannyini © 2019 bwa Dr. Jaerock Lee
ISBN: 979-11-263-0464-6 03230
Obwannannyini ku kuvunnula © 2013 bwa Dr. Esther K. Chung.
Ng'akkiriziddwa.

Kyasooka kufulumizibwa mu lulimi olu Korea aba Urim Books mu 2007

Kyasooka kufuluma mu gw'okubiri 2019

Kyasunsulibwa Dr. Geumsun Vin
Kyalungiyizibwa Ekitongole ekisunsuzi ekya Urim Books
Kyakubibwa mu kyapa aba Prione Printing
Ayagala okumanya ebisingawo: yita mu mukutu gwa urimbook@hotmail.com

Ennyanjula

Olutalo alwali mu nsi ya Amerika lwatuuka ku ntikko, pulezidenti ow'ekkumi n'omukaaga, Abraham Lincoln, bwe yalangirira olunaku olw'okusiiba n'okusaba nga ennaku z'omwezi 30, Ogw'okuna, 1863.

"Ebibonoobono bya leero biyinza okuba bibonerezo ebiva kw'ebyo ebibi by'aba Kitaffe. Twegulumizza nnyo olw'obuwanguzi n'obuggagga. Twegulumizza nnyo ne twerabira n'okusaba Katonda eyatutonda. Tulina okwenenya olw'ebibi bye ggwanga lyaffe era tusabire ekisa n'okusaasira kwa Katonda mu bwetowaaze. Buno bwe buvunaanyizibwa bw'abatuuze ba Amerika."

Nga Omukulembeze bwe yali ateesezza, Abamerika bangi tebaalya waakiri okumala olunaku era ne basaba n'okusiiba.

Lincoln yeegayirira Katonda mu bwetowaaze era n'awonya Amerika okugwa n'okuggwaawo. Era ddala, buli kyakuddamu eri ekizibu kyonna kiri mu Katonda.

Enjiri yali ebuuliddwa ababuulizi bangi mu byasa byonna, naye abantu bangi tebawuliriza kigambo kya Katonda, nga bagamba waakiri bekkiririzeemu bokka na bokka.

Olwaleero, waliwo enkyukakyuka mu mbeera z'obudde ezitali za bulijjo n'ebibonoobono bingi ebigenda mu maaso okwetooloola ensi yonna. Wadde waliwo ebintu bingi ebigunjiddwawo mu ddagala, waliwo endwadde empya ezitawulira ddagala ez'obulabe ennyo.

Abantu bayinza okuba nga bekkiririzaamu bokka na bokka. Abantu basobola okusalawo okwewala Katonda, naye bwe tutunulira munda mu bulamu bwabwe, tetuyinza kubwogerako nga tetwogedde bigambo nga kwerariikirira, bulumi, obwavu, n'endwadde.

Mu lunaku lumu omuntu asobola okuba nga takyali mulamu bulungi. Abamu bafiirwa abaagalwa baabwe oba okufiirwa obuggagga bwabwe bwonna olw'obubenje. Abalala bangi bayinza okuba n'ebizibu bingi mu bizinensi zaabwe oba ku mirimu.

Bayinza n'okuleekana, "Lwaki bino bituuka ku nze?" Naye, nga tebamanyi bwe babivaamu. Abakkiriza bangi babonaabona n'okugezesebwa saako ebigezo era nga tebamanyi bwe babivaamu.

Naye, buli kintu kirina kwe kiva. Ebizibu byonna n'embeera enzibu birina kwe biva.

Ebibonoobono Ekkumi ebyateekebwa ku Misiri, n'amateeka agateekebwawo ku kiro Eky'okuyitako ebyawandiikibwa mu Kitabo ky'Okuva bituyamba okubaako engeri gye tutegeera okuddibwamu eri ebizibu byonna abantu bye basisinkana ku nsi kwonna.

Misiri mu by'omwoyo etegeeza ensi, era eky'okuyiga okuva mu Binoobono Ekkumi ku Misiri bituukira ku buli muntu yenna okwetooloola ensi yonna n'olwaleero. Naye abantu si bangi abategeera okwagala kwa Katonda okuli mu Bibonoobono Ekkumi.

Olw'okuba Bayibuli tegamba nti 'Ebibonoobono Ekkumi,' abantu abamu bagamba nti ebibonoobono biri kumi na kimu oba kkumi na bibiri.

Endowooza esembyeeyo erimu n'okukyusa omuggo gwa Alooni okufuuka omusota nti nakyo kyali ku bibonoobono. Naye tewali bulabe bwonna bwatuukawo mu kulaba omusota, kale kibanga, ekizibu, okukiteeka mu bimu ku bibonoobono.

Naye olw'okuba omusota ogw'omu nsiko guba n'obusagwa obubi ennyo okuba nti ne bweguba gutemye omuntu omulundi gumu gwokka afiirawo, omuntu asobola okutya ennyo ne bwagulabako obulabi. Eyo yensonga lwaki abantu abamu bakibala ng'ekimu ku bibonoobono. So nga endowooza esembeddeyo ddala erimu emiggo nga gifuuka emisota n'abasirikale abamisiri bwe baafa mu Nnyanja Emyufu. Olw'okuba abaana ba Isiraeri baali tebannasala Ennyanja Emyufu mu kiseera ekyo, kino n'akyo ne bagamba nti kyali kimu ku bibonoobono era byali kkumi na bibiri. Naye ekintu ekikulu si gwe muwendo gw'ebibonoobono naye amakulu ag'omwoyo n'ekigendererwa kya Katonda ekibirimu.

Ekitabo kino kiraga, enjawulo, mu bulamu bwa Falaawo, eyajeemera ekigambo kya Katonda, n'obulamu bwa Musa oyo eyatambulira mu bulamu obuwulize. Era kirimu n'okwagala kwa Katonda oyo n'okusaasira Kwe okutaggwayo atuganya okumanya ekkubo ery'obulokozi okuyita mu kukuza olunaku Olw'okuyitako, etteeka ery'okukomolebwa, n'amakulu g'ekijjulo ky'omugaati ogutaliimu kizimbulukusa.

Falaawo yeerabira ku maanyi ga Katonda naye era n'agyeemera Katonda, kale n'agenda mu mbeera etasobola kutereezebwa. Naye aba Israeri baawona ebibonoobono byonna kubanga baagonda.

Ensonga lwaki Katonda atubuulira ku Bibonoobono Ekkumi kwe kutuganya okutegeera lwaki okusoomozebwa n'ebigezo bitujjira, tusobole okugonjoola ebizibu byonna eby'obulabe era tutambulire mu bulamu obutaliimu bibonoobono.

Era, okutubuulira ku mikisa gye tujja okufuna bwe tunaagonda, Abeera Ayagala tufune obwakabaka obw'omu ggulu ng'abaana Be.

Abo abasoma ekitabo kino bajja kusobola okufuna ebisumuluzo eby'okutuwonya ebizibu by'obulamu. Bajja kuwulira omwoyo omwoyo amalawo ennyonta nga bwe baloza ku mazzi ag'enkuma agawooma oluvannyuma lw'ekyeeya ekiwanvu, era balung'amizibwe eri okuddibwamu n'emikisa.

Nneebaza Geumsun Vin, Akulira ekitongole ekisunsuzi n'abakozi bonna abasobodde okufulumya omulimu guno. Nsaba mu linnya lya Mukama waffe Yesu Kristo nti abasomi bonna bajja kutambulira mu bulamu obw'obuwulize basobole okwefunira ku kwagala okwewuunyisa n'emikisa gya Katonda.

Ogw'omusanvu 2007

Jaerock Lee

Ebirimu

Ennyanjula

Ku Bulamu Obw'obujeemu · 1

Essuula 1
Ebibonoobono Ekkumi Ebyateekebwa ku Misiri · 3

Essuula 2
Obulamu Obw'obujeemu N'ebibonoobono · 21

Essuula 3
Ebibonoobono Eby'omusaayi, Ebikera N'ensekere · 33

Essuula 4
Ebibonoobono bye Nsowera, Nsotoka, N'amayute · 51

Essuula 5
Ekibonoobono Ky'omuzira N'enzige · 69

Essuula 6
Ebibonoobono By'ekizikiza N'okufa Kw'abaana Ababereberye · 83

Ku Bulamu Obw'obuwulize · 97

Essuula 7
Ekijjulo Eky'okuyitako N'ekkubo Ery'obulokozi · **99**

Essuula 8
Okukomola, N'okulya Omugaati N'okunywa ku kikompe · **115**

Essuula 9
Okuva Kw'abaisiraeri mu Misiri, n'ekijjulo Ky'omugaati Ogutaliimu Kizimbulukusa · **133**

Essuula 10
Obulamu Obw'obuwulize N'emikisa · **147**

Ku Bulamu
Obw'obujeemu

Naye olulituuka, bw'otoliwulira
ddoboozi lya MUKAMA Katonda wo,
okukwata ebiragiro Bye byonna n'amateeka Ge
bye nkulagira leero okubikola,
ebikolimo bino byonna birikujjira,
birikutuukako. Olikolimirwa mu kibuga,
era olikolimirwa mu kyalo.
Ekibbo kyo kirikolimirwa
n'olutiba lwo olw'okugoyeramu.
Ebibala by'omubiri gwo birikolimirwa,
n'ebibala by'ettaka lyo,
ezzadde ly'ente zo, n'abaana b'embuzi zo.
onookolimirwanga bw'onooyingiranga
era onookolimirwanga bw'onoofulumanga
(Ekyamateeka olw'okubiri 28:15-19).

Essuula 1

Ebibonoobono Ekkumi Ebyateekebwa ku Misiri

Okuva 7:1-7

Mukama n'agamba Musa nti, Laba, nkufudde Katonda eri Falaawo; era Alooni muganda wo alibeera nabbi wo. Olyogera buli kye nkulagira, ne Alooni muganda wo aligamba Falawo, aleke abaana ba Isiraeri bave mu nsi ye. Nange ndikakanyaza omutima gwa Falaawo, ne nnyongera obubonero Bwange n'amagero gange mu nsi y'e Misiri. Naye Falaawo talibawulira, nange nditeeka omukono gwange ku Misiri, ne nfulumya eggye lyange, abantu bange abaana ba Isiraeri, mu nsi y'e Misiri n'emisango eminene. Nabo Abamisiri balimanya nga Nze MUKAMA, bwe ndigolola omukono gwange ku Misiri, ne mbaggyako abaana ba Isiraeri mu bo. Musa ne Alooni ne bakola bwe batyo, MUKAMA nga yabalagira bwe batyo bwe baakola. Ne Musa yali nga yaakamala emyaka kinaana, ne Alooni nga yakamala emyaka kinaana mu esatu, bwe baayogera eri Falaawo.

Buli muntu alina eddembe ery'okuba omusanyufu, naye abantu si bangi ababeera abasanyufu. Naddala mu nsi y'ennaku zino ejjudde buli kika kya bubenje, endwadde, n'obuzzi bw'emisango kizibu okukakasa essanyu ly'omuntu yenna.

Kyokka waliyo omuntu ayagala tube mu ssanyu okusinga omuntu omulala yenna. Ye Kitaffe Katonda eyatutonda. Mu mitima gy'abazadde abasinga mulimu okuyaayaana okuwa abaana baabwe buli kintu, awatali bukwakkulizo bwonna, olw'essanyu lyabwe. Katonda waffe atwagala nnyo okusinga omuzadde yenna era Ayagala okutuwa omukisa n'okusinga okuyaayaana kw'omuzadde yenna.

Kale Katonda ow'ekika kino ayinza atya okwagala abaana Be okubonaabona n'okwerariikirira oba okuyita mu gazibu? Tewali kiyinza kusingira Katonda ekyo kyatwagaliza.

Bwe tuba nga tusobola okutegeera amakulu ag'omwoyo n'ekigendererwa kya Katonda ebiri mu Bibonoobono Ekkumi ebyateekebwa ku Misiri, tusobola okutegeera nti nti era kwali kwagala Kwe. Era, tusobola n'okuvumbula engeri ze tuyinza okwewalamu ebibonoobono. Naye ne bwetubeera mu maaso g'ebibonoobono tusobola okuzuula n'okulagibwa ekkubo ew'okuddukira era ne tweyongera okutambulira mu kkubo ery'emikisa.

Bwe tusisinkana ebizibu, abantu bangi tebamukkiririzaamu, era ne basigala nga beemulugunya ku Katonda. Ne mu bakkiriza mulimu abamu abatategeera mutima gwa Katonda bwe basisinkana ebizibu. Baggwaamu omutima ne baggweramu ddala essuubi.

Yobu ye yali omusajja asinga obuggagga mu Buvanjuba. Naye ebizibu bwe byamujjira, mu kusooka teyategeererawo kwagala kwa Katonda. Yayogera nga alinga agamba nti ekyamutuukako era kyalina okumutuukako. Kiragibwa mu Yobu 2:10. Yagamba nti engeri gye yafuna emikisa okuva eri Katonda, kyali kisoboka n'okufuna ebizibu. Yategeera bubi nti Katonda agaba emikisa n'ebibonoobono awatali nsonga yonna.

Omutima gwa Katonda gye tuli bwe butafuna kizibu kyonna wabula emirembe. Nga tetunaagenda mu Bibonoobono Ekkumi ebyali ku Misiri, katusooke tulowooze ku mbeera n'ebyaliwo ebiseera ebyo.

Okukolebwa Kw'aba Isiraeri

Isiraeri be bantu ba Katonda abalonde. Mu byafaayo byabwe, tusobola okuzuula obulungi ennyo ekigendererwa n'okwagala ebya Katonda. Isiraeri lye linnya eryaweebwa Yakobo, muzukulu wa Ibulayimu. Isiraeri kitegeeza *"owakanye ne Katonda era n'abantu era osinze"* (Olubereberye 32:28).

Yisaaka yazaalibwa Ibulayimu, era Yisaaka yazaala abalongo ab'obulenzi. Esawu ne Yakobo. Kyali tekisangikasangika nti omwana ow'okubiri, Yakobo, azaalibwa ng'akutte ku kisinziiro kya muganda we Esawu bwe baazaalibwa. Yakobo yali ayagala okutwala obukulu bwa muganda we abeere nge ye mwana omubereberye mu kifo kya Esawu.

Yensonga lwaki Yakobo oluvannyuma yagula obukulu buno okuva ku Esawu ng'akozesa omugoyo n'esupu. Yalimbalimba kitaawe, Yisaaka, okusobola okutwala omukisa ogw'omwana omubereberye Esawu.

Olwaleero, ebirowoozo by'abantu bikyuse nnyo, era abantu eby'obusika tebakyabirekera baana balenzi bokka, wabula n'abawala. Naye edda, omulenzi omubereberye yeeyatwalanga eby'obusika okuva ku kitaawe. Ne mu Isiraeri, omukisa guno ogw'omwana omubereberye gwalinga gw'amaanyi.

Bayibuli etugamba nti Yakobo yatwala omukisa gw'omulenzi omubereberye mu ngeri y'obukalabakalaba, naye nga ddala yali ayagala nnyo okufuna omukisa gwa Katonda. Okutuuka lwe yafuna emikisa, yalina okuyita mu bika by'ebizibu bingi. Yalina okudduka ku muganda we. Yaweereza kojja we, Labbaani okumala emyaka amakumi abiri era bwe yali amuweereza yagumiikiriza eky'okubeera ng'alimbibwa buli kadde n'okubbibwa.

Yakobo bwe yakomawo ku kyalo kwe yazaalibwa, yali mu katyabaga kubanga muganda we yali akyamunyiigidde. Yakobo yalina okuyita mu bizibu bino kubanga yalina embala y'obukalabakalaba ey'okwenoonyeza ebibye oba obuwanguzi ku ludda lwe.

Naye olw'okuba yali atya Katonda okusinga abalala, yamenyaamenya eryaanyi 'n'okwemanya' okuyita mu biseera bino eby'okugezesebwa. Era, oluvannyuma yafuna omukisa gwa Katonda era eggwanga Isiraeri n'erikolebwa okuyita mu baana be ekkumi n'ababiri.

Ebyafaayo By'okuva kw'abaisiraeri mu Misiri N'okulabika kwa Musa

Lwaki Abaisiraeri babeerawo ng'abaddu mu Misiri?

Yakobo, taata wa Isiraeri, yayagala nnyo omwana we ow'omulundi ogw'ekkumi n'ogumu, Yusufu. Yusufu yazaalibwa Lakeeri, omukyala Yakobo gwe yayagala ennyo. Kino kyasiikuula obuggya bw'abaganda ba Yusufu abava mu mukyala omulala, era ekyavaamu, baganda ba Yusufu baamutunda mu Misiri ng'omuddu.

Yusufu yatyanga Katonda era yatambuliranga mu mazima. Yatambulanga ne Katonda mu buli kimu era mu myaka ekkumi n'esatu gyokka okuva lweyatundibwa mu Musiri, yafuuka mukulembeze nga yaddirira kabaka mu nsi y'e Misiri yonna.

Waaliyo ekyeeya eky'amaanyi okumpi awo mu Buvanjuba, era n'obuganzi bwa Yusufu, Yakobo n'ab'omu maka ge ne badda mu Misiri. Olw'okuba Misiri yawona ekyeeya ekyali ekibi ennyo okuyita mu magezi ga Yusufu, Falaawo n'aba Misiri, ab'omumaka ge babayisa bulungi nnyo era ne babawa ekifo e Goseni ew'okubeera.

Wabula emirembe mingi bwe gyayitawo, abaisiraeri baafuuka bangi nnyo. Abamisiri ne batandika okubeekengera. Kubanga emyaka egiri eyo mu kikumi gyali giyiseewo nga Yusufu afudde, era baali beerabira dda ekisa kya Yusufu.

Era, Abamisiri baatandika okuyigganya Abaisiraeri era ne babafuula baddu. Abaisiraeri baakakkibwa okukola emirimu egy'amaanyi ennyo.

Nga n'ekisinga obubi, okusobola okukendeeza ku muwendo gw'abaisiraeri okweyongera, Falawo yalagira abazaalisa abaebbulaniya okutta abaana abalenzi bonna abazaalibwa.

Musa, eyakulemberamu okuggya abaisiraeri mu Misiri, yazaalibwa mu kyasa kino eky'enzikiza.

Maama we yalaba nga yali mulungi nnyo era n'amukweka okumala emyezi esatu. Ekiseera kyatuuka nga takyasobola kumukweka, era n'amuteeka mu kisero n'akikweka mu kisaalu ku mabbali g'omugga.

Mu kiseera ekyo, omumbejja w'e Misiri yakkirira ku mugga gwa Nile okunaaba. N'alaba ekisero era n'ayagala okutwala omwana amukuume. Mwannyina wa Musa yali alaba buli kimu ekigenda mu maaso era amangu awo n'amuwa amagezi omwana amutwalire Jokabed, nga ye maama wa Musa owa ddala, nti yabeera amukuza. Era mu ngeri eyo, Musa yakuzibwa nnyina yennyini.

Bwatyo, yayiga ku Katonda wa Ibulayimu, Yisaaka, ne Yakobo, ne ku ba Isirareri.

Ng'ali mu lubiri lwa Falaawo, Musa yayiga obukoddyo bungi

obwali obw'okumutegeka n'okumunyweza ng'omukulembeze. Mu kiseera kye kimu yayiga bulungi nnyo ebikwata ku bantu be ne Katonda. Okwagala kwe eri Katonda n'abantu be ne kweyongera.

Katonda yalonda Musa nga anaakulembera abaisiraeri okubaggya mu Misiri era okuva mu buto yayiga n'okutambulira mu bukulembeze.

Musa ne Falaawo

Olunaku lumu, ebintu byakyuka mu bulamu bwa Musa. Bulijjo yalinga alowooza ku bantu be, Abaebbulaniya, era yalumwanga olw'entuuyo zaabwe n'okubonaabona ng'abaddu. Lumu, yalaba Omumisiri ng'akuba omusajja Omuebbulaniya. Teyasobola kufuga busungu bwe era n'atta Omumisiri. Era ekyavaamu Falaawo n'akitegeera bwatyo Musa yalina okudduka okuwonya obulamu bwe.

Musa bwatyo yalina okumala emyaka amakumi ana agyaddako ng'omulunzi alunda endiga e Midiyaani mu ddungu. Bino byonna byalimu ekigendererwa kya Katonda okusobola okumutegeka ng'omukulembeza anaggya Abaisiraeri mu Misiri. Mu myaka gino 40 ng'alunda endiga za kitaawe amuzaalira omukyala mu ddungu, yasuulira ddala eri ekitiibwa ky'obulangira bw'e Misiri era n'afuuka omusajja omwetoowaaze ennyo.

Era bino byonna nga bimaze okuggwa olwo Katonda n'alyoka ayita Musa ng'omukulembeza anaggya Abaisiraeri mu Misiri.

Naye Musa n'agamba Katonda nti, "Nze ani agenda eri Falaawo mbaggyeeyo abaana ba Isiraeri mu Misiri?" (Okuva 3:11).

Olw'okuba Musa yali akola gwa bulunzi gwokka okumala emyaka amakumi ana, yali teyeekakasa. Era Katonda yali amanyi omutima gwe, era Ye Yennyini yamulaga obubonero bungi gamba nga okufuula omuggo omusota okumuganya okugenda eri Falaawo okusobola okutwalayo ekiragiro kya Katonda.

Musa yeetoowaaza mu byonna era yasobola okugondera ekiragiro kya Katonda. Naye Falaawo ekitaali ku Musa ye yali wa mpaka nnyo nga n'omutima gwe mugumu.

Omuntu ow'omutima omugumu takyuka ne bw'alaba emirimu gye Katonda emingi. Mu lugero olumanyiddwa obulungi ennyo Yesu lwe yagera mu Matayo 13:18-23, mu nnimiro ez'emirundi ena, omutima omugumu gugwa mu ssa 'w'emabbali g'ekkubo.' Emabbali g'ekkubo wabeera wagumu nnyo kubanga abantu abantu batambulirayo. Abantu abalina omutima ogw'ekika kino tebakyuka ne bwe balaba emirimu gya Katonda.

Mu kiseera ekyo Abamisiri baalina embala nga y'amaanyi nga bw'olaba empologoma. Omukulembeze waabwe, Falaawo, yalina obuyinza obw'enkomeredde era yeetwalanga nga katonda yennyini. N'abantu n'abo baamutwalanga katonda. Musa yayogera ku Katonda mu bantu abaalina entegeera ey'ekika kino. Baali tebalina kye bamanyi ku Katonda Musa gwe yali ayogerako, oyo eyali alagira Falaawo okuta abaana ba Isiraeri okugenda. Kyeraga lwatu obuzibu bwe baalina okuwuliriza Musa. Baali balina engeri nnyingi ze baali baganyulwa mu buddu bw'aba Isiraeri, kale kyali kizibu nnyo okukikkiriza.

Ne leero, waliyo abantu abatwala okumanya kwabwe, ettutumu, obuyinza, oba obuggagga nti bye bisingayo. Beenoonyeza byabwe byokka era nga beesiga busobozi bwabwe bwokka. Beemanyi era emitima gyabwe gikakanyaziddwa. Omutima gwa Falaawo n'egy'aba Misiri gyali gikakanyiziddwa. Kale tebaagondera kwagala kwa Katonda okwayitira mu Musa okubatuukako. Baajeema okutuuka ku nkomerero, era ekyavaamu, battibwa.

Wadde omutima gwa Falaawo gwali gukakanyaziddwa, Katonda teyasooka kuleeterawo bibonoobono by'amaanyi ku ntandikwa.

Nga bwe kyagambibwa, *"MUKAMA wa kisa ajjudde okusaasira, Alwawo okusunguwala era wa kusonyiwa kungi"* (Zabuli 145:8), Katonda yabalaga amaanyi Ge okuyita mu Musa emirundi mingi. Katonda yali ayagala Bamukkirize era Bamugondera. Naye Falaawo yayongera kukakanyaza mutima gwe.

Katonda, alaba omutima n'ebirowoozo bya buli muntu, yagamba Musa era n'amuganya okutegeera buli kimu kye yali agenda okukola.

Nange ndikakanyaza omutima gwa Falaawo, ne nnyongera obubonero bwange n'amagero gange mu nsi y'e Misiri. Naye Falaawo talibawulira, nange nditeeka omukono gwange ku Misiri, ne nfulumya eggye lyange, abantu bange, abaana ba Isiraeri, mu nsi y'e Misiri n'emisango eminene. Nabo Abamisiri balimanya nga nze MUKAMA, bwe ndigolola omukono gwange ku Misiri, ne mbaggyako abaana ba Isiraeri mu bo (Okuva 7:3-5).

Omutima gwa Falaawo Ogukakanyadde N'ebibonoobono Ekkumi

Ekiseera kyonna ng'abaana ba Isiraeri bagibwa mu Misiri, tusanga nnyo ebigambo, *"MUKAMA n'akakanyaza omutima gwa Falaawo"* (Okuva 9:12).

Amakulu ag'okungulu, kirabikanga nti Katonda yakakanyaza omutima gwa Falaawo n'ekigendererwa, era omuntu ayinza okukitegeera obubi nti Katonda alinga nakyemalira. Naye ekyo si kituufu.

Katonda ayagala buli omu atuuke eri obulokozi (1 Timoseewo 2:4). Ayagala n'omuntu asinga okuba n'omutima ogukakanyadde okutegeera amazima era atuuke eri obulokozi.

Katonda ye Katonda kwagala; Tayinza kukakanyaza mutima gwa Falaawo n'ekigendererwa eky'okubikkula ekitiibwa Kye. Era, eky'okuba nti Katonda yakidding'ana bwe yali asindika Musa eri Falaawo, tutegeera nti Katonda ayagala Falaawo na buli muntu yenna okukyusa emitima gyabwa basobole okumugondera.

Katonda buli kimu akikola mu ngeri ennungi, mu kwagala, era mu bwenkanya, ng'agoberera ekigambo kya Bayibuli.

Bwe tukola obubi era ne tutawuliriza kigambo kya Katonda, omulabe setaani ajja kutulumiriza. Eyo yensonga lwaki tusisinkana ebigezo n'okusoomozebwa. Abo abagondera ekigambo kya Katonda era ne batambulira mu butuukirivu bajja kufuna emikisa.

Abantu beesalirawo eky'okukola nga beeyagalidde awatali abakaka. Katonda tasalawo ani ajja okufuna emikisa oba ani atajja. Singa Katonda teyali Katonda kwagala era nga mwenkanya, Yanditadde ebibonobono eby'amaanyi ku Misiri okutandikira ddala ku ntandikwa okusobola okusobozesa Falaawo okumugondera.

Katonda tayagala 'bugonvu bukake' obuva mu kutya. Ayagala abantu okuggulawo emitima gyabwe era bamugondere nga beeyagalidde.

Okusooka, Atuganya okutegeera okwagala Kwe era n'atulaga amaanyi Ge tusobole okugonda. Naye bwe tutagonda, Atandika n'ebizibu ebitonotono okusobola okutuganya ffe okutegeera ekituviirako okwezuula.

Katonda ayinza byonna amanyi emitima gy'abantu; Amanyi obubi nga bubikuddwa n'engeri gye tuyinza okweggyako obubi n'engeri y'okufunamu eby'okuddamu eri ebizibu byaffe.

N'olwaleero, atulung'amya mu ngeri esingayo era atuteerawo engeri esingayo nga wetunaagiviiramu tujja kuvaayo ng'abaana ba Katonda abatuukirivu.

Buli budde, Atuganya okuyita mu bigezo oba okusoomozebwa bye tusobola okuwangula. Y'emu ku ngeri gye tuyinza okwezuulamu obubi n'okubweggyako. Ng'emyoyo gyaffe gikulaakulana, Atuganya buli kimu ne kitutambulira bulungi era n'atuwa obulamu obutaliimu ndwadde.

Falaawo teyegyako bubi bwonna, kyokka, ne bwe bwavaayo, yakakanyaza omutima gwe n'abeera nga yeeyongera okujeemera ekigambo kya Katonda. Kubanga Katonda yali amanyi bulungi nnyo omutima gwa Falaawo guno, Yaganya omutima gwa Falaawo guno omugumu okulabibwa okuyita mu bibonoobono. Eno yensonga lwaki Bayibuli eyogera nti, "MUKAMA n'akakanyaza omutima gwa Falaawo."

'Okuba n'omutima omukakanyavu' okutwaliza awamu kitegeeza nti omuntu alimu okwelonda kungi ne mpaka. Naye omutima omukakanyavu ogwogerwako mu Bayibuli okuba ogwa Falaawo si kwe kujeemera ekigambo kya Katonda n'obubi kyokka, wabula n'okuwakanya Katonda.

Nga bwe kyayogeddwa edda, Falaawo yatambuliranga mu bulamu obwetwaliwa waggulu ennyo, okuba ng'atuuka n'okweraba nga katonda. Abantu bonna baamugonderanga, era yali talina kyatya. Singa yalina omutima omulungi, Yandikkiririza mu Katonda ng'alabye ku mirimu gya Katonda agy'amaanyi egy'alagibwa okuyita mu Musa, wadde nga Katonda yali tamuwulirangako.

Eky'okulabirako, Nebukadduneeza ow'e Babirooni eyafuga okuva mu mwaka gwa 605 okutuuka 562 nga Kristo tannajja, yali tawuliranga ku Katonda, naye bwe yalaba ku maanyi ga Katonda agaalagibwa okuyita mu mikwano gya Danyeri esatu Saddulaaki, Misaki ne Abeduneego, nakkiriza Katonda.

"Nebukadduneeza n'ayogera nti Katonda wa Saddulaaki, Mesaki, ne Abeduneego yeebazibwe, atumye malayika we, era awonyezza abaddu be abamwesize ne bawaanyisa ekigambo kya kabaka, ne bawaayo emibiri gyabwe, baleme okuweereza newakubadde okusinza katonda yenna, wabula Katonda waabwe bo. Kyenva nteeka etteeka, nga buli bantu, n'eggwanga, n'olulimi, abanaayogeranga obubi bwonna ku Katonda wa Saddulaaki, Misaki, ne Abeduneego, balitemebwatemebwa, n'ennyumba zaabwe zirifuulibwa olubungo, kubanga tewali katonda mulala ayinza okuwonya mu ngeri eyo" (Danyeri 3:28-29).

Saddulaaki, Mesaki ne Abeduneego baagenda mu nsi

y'abamawanga ng'abawambe nga bavubuka bato. Naye okusobola okugondera amateeka ga Katonda tebavvunama mu maaso ga kibajje. Baasuulibwa mu kikoomi ky'omuliro. Naye tebaafuna bulabe bwonna, wadde n'akaviiri akamu ku mutwe gwabwe okukwata omuliro. Nebukaddueeza bwe yalaba kino, yakkiririza mu Katonda omulamu mangu awo.

Teyakkiriza bukkiriza Katonda Ayinza Byonna kyokka, wabula bwe yalaba omulimu gwa Katonda ogwali gussukuluma obusobozi bw'abantu; Naye yaddiza Katonda ekitiibwa mu maaso g'abantu bonna.

Kyokka ye Falaawo, ne bwe yalaba ebyaliwo byonna, teyakkiriza Katonda wadde nga yali alabye emirimu Gye egy'amaanyi. Yayongera kukakanyaza mutima gwe. Ne bwe yayita mu kibonoobono ekimu oba ebibiri tekyamukyusa okutuuka ekkumi lwe byaggwaayo olwo n'alyoka aleka Abaisraeri okugenda.

Era olw'okuba omutima gwe omukakanyavu gwali tegukyukanga, yejjusa lwaki alese Abaisiraeri okugenda. Yabagoberera n'eggye lye, era ekyavaamu ye ne ggye lye baafiira mu nnyanja emyufu.

Aba Israeri Baali Wansi w'obukuumi bwa Katonda

Ng'ensi y'e Misiri yonna erumbiddwa ebibonoobono era nga wadde Abaisiraeri baali mu nsi eyo yennyini Misiri, tebaakosebwa kizibu kyonna ku bibonoobono byonna. Kyali bwe kityo lwakuba Katonda yabawa obukuumi obw'enjawulo e Goseni Abaisiraeri gye baali babeera.

Katonda bwatukuuma, naffe tusobola okuwona ne mu mbeera enzibu ennyo. Ne bwe tufuna endwadde oba ekizibu, tusobola okuwonyezebwa era ne tubiwangula olw'amaanyi ga Katonda.

Si lwakuba nti Abaisiraeri baalina okukkiriza nti era baatuukirira okusobola okukuumibwa. Baakuumibwa kubanga be bantu ba Katonda abalonde. Ekitali ku ba Misiri, abaisiraeri bo baanoonyanga Katonda mu kubonaabona kwabwe, era olw'okuba baamukkirizanga, baasobola okubeera wansi w'obukuumi Bwe.

Mu ngeri y'emu, wadde tuba tukyalina obubi obumu mu ffe, naye olw'okuba twafuula baana ba Katonda, tusobola okukuumibwa obutagwa mu bizibu ebijjira abatakkiriza.

Kiri bwe kityo lwakuba twasonyiyibwa ebibi byaffe olw'omusaayi gwa Yesu Kristo, era twafuuka abaana ba Katonda; n'olwekyo, tetukyali baana ba mubi oyo atuleetako okugezesebwa n'ebizibu.

Era, ng'okukkiriza kwaffe kukula, tutandika okukuuma olunaku lwa Mukama nga lutukuvu, ne tweggyako obubi bwonna, era ne tugondera ekigambo kya Katonda, n'olwekyo, tusobola okufuna okwagala kwa Katonda n'emikisa.

Ne kaakano, Isiraeri, MUKAMA Katonda wo akwagaza ki wabula okutyanga MUKAMA Katonda wo, okutambuliranga mu makubo ge gonna, n'okumwagala, n'okuweereza MUKAMA Katonda wo n'omutima gwo gwonna, n'emmeeme yo yonna, okwekuumanga ebiragiro bya MUKAMA n'amateeka Ge, bwe nkulagira leero olw'obulungi bwo? (Ekyamateeka olw'okubiri 10:12-13).

Essuula 2

Obulamu Obw'obujeemu N'ebibonoobono

Okuva 7:8-13

MUKAMA n'agamba Musa ne Alooni ng'ayogera nti, "Falaawo bw'alibagamba ng'ayogera nti mukoleewo eky'amagero, n'olyoka ogamba Alooni nti Twala omuggo gwo ogusuule wansi mu maaso ga Falaawo, gube omusota. Musa ne Alooni ne bayingira ewa Falaawo, ne bakola bwe batyo nga MUKAMA bwe yalagira, Alooni n'asuula omuggo gwe wansi mu maaso ga Falaawo ne mu maaso g'abaddu be, ne guba omusota, Falaawo naye n'alyoka ayita abagezi n'abalogo, era nabo abasawo Abamisiri ne bakola bwe batyo n'amagezi gaabwe ag'ekyama. Kubanga baasuula buli muntu omuggo gwe, ne giba emisota, naye omuggo gwa Alooni ne gumira emiggo gyabwe. Falaawo omutima gwe ne gukakanyala, n'atabawulira, nga MUKAMA bwe yayogera.

Karl Marx yava ku Katonda. N'atandika endowooza eya Nnakalyako ani ng'esinziira ku bintu ebikwatibwako. Endowooza ye yaviirako abantu bangi okuva ku Katonda. Kyalinga nti ensi yonna yali egenda kukkiririza mu njigiriza eno mu biseera ebitali by'ewala. Naye endowooza eno yali emaze okuggwaawo emyaka 100 wegyaggwerako.

Nga ne mukugwa kw'endowooza eno, Marx yali abonyeebonye n'ebintu bingi mu bulamu bwe olw'okuba yali tateredde mu birowoozo olw'okufiirwa abaana be amangu awo.

Friedrich W. Nietzsche, eyagamba nti Katonda yafa, yaleetera abantu bangi okuwakanya Katonda. Naye nga tewanayita bbanga ddene, yafuuka mulalu olw'okutya kwe yayitangamu era obulamu bwe bwaggwawo mu mbeera embi ennyo.

Tusobola okukiraba nti abo abawakanya Katonda ne bagyeemera ekigambo Kye bayita mu bizibu bingi ebiringa ebibonoobono era babeera mu bulamu obubi ennyo.

Enjawulo Eriwo Wakati W'ebibonoobono, Okusoomoozebwa, Ebigezo, N'okubonaabona

Wadde bakkiriza oba nedda, abantu bonna basobola okusisinkana ebizibu mu bulamu bwabwe. Kiri bwe kityo lwakuba obulamu bwaffe bulina okuteekebwateekebwa okusinziira ku kigendererwa kya Katonda eky'okufuna abaana Be abatuufu.

Katonda yatuwa ebintu birungi byokka. Naye okuva

ekibi lwe kyajja mu bantu olw'ekibi kya Adamu, ensi eno yatandika okubeera wansi w'obufuzi bw'omulabe Setaani. Okuva kw'olwo, abantu baatandika okubonaabona n'ebizibu eby'enjawulo saako ennaku.

Olw'obukyayi, obusungu, okweyagaliza, okwemanya, n'omwoyo ogw'ebwenzi abantu baatandika okukola ebibi. Okusinziira ku bunene bw'ekibi, baatandika okubonaabona n'okufuna okusoomoozebwa okwa buli kika saako ebigezo ebireetebwa omulabe Setaani.

Bwe basisinkana ekizibu eky'amaanyi ennyo, abantu bakuyita kubonaabona. Era, abakkiriza bwe basisinkana embeera enzibu, batera okukozesa ebigambo nga 'ekigezo,' 'okubonaabona,' oba 'okusoomozebwa.'

Bayibuli egamba, *"So si ekyo kyokka, era naye twenyumirizenga mu kubonaabona kwaffe, nga tumanyi ng'okubonaabona kuleeta okugumiikiriza, nate okugumiikiriza kuleeta okukemebwa, nate okukemebwa kuleeta okusuubira"* (Abaruumi 5:3-4).

Okusinziira ku muntu gyakoma okutambulira mu mazima oba obutagatambuliramu, okusinziira ku bungi bw'ekigera ky'okukkiriza kya buli muntu ky'aba nakyo, basobola okubiyita ebibonoobona oba ebitalo, ebigezo oba okubonaabona.

Eky'okulabirako, omuntu bw'aba n'okukkiriza naye n'atatambulira mu kigambo kyabadde awuliriza ebbanga lyonna, Katonda tasobola kukuuma muntu oyo obutabonaabona n'ebizibu ebya buli kika. Kino kiyinza okuyitibwa 'okubonaabona.' Era, bw'ava ku kukkiriza kwe era n'atambulira mu gatali mazima, ajja kubonaabona n'ebibonoobono oba obubenje.

Era, katugambe nti omuntu awuliriza ekigambo era n'agezaako okukitambuliramu, naye n'atatambulira mu kigambo mu bujjuvu bwakyo essaawa eyo. Olwo, alina okuyita mu mbeera ey'okulwanagana n'embala ye ey'ekibi. Omuntu bw'asisinkana ebizibu bingi ye okusobola okulwanagana n'embala ye ey'obubi okutuuka ku ssa ly'okuyiwa omusaayi, bayibuli egamba nti abeera ayita mu kugezesebwa oba ali mukutereezebwa. Kwe kugamba, ebizibu ebingi by'asisinkana biyitibwa 'okugezesebwa.'

Era, 'ekigezo' ye mbeera egwaawo okukebera okukkiriza kw'omuntu kukuze kyenkana ki. N'olwekyo, eri abo abagezaako okutambulira mu kigambo, wabeerawo okugezesebwa, n'ebigezo ebidirira. Omuntu bw'ava ku mazima n'anyiiza nnyo Katonda, ajja kuyita mu 'kubonaabona' oba 'ebibonoobono.'

Ekiviirako Ebibonoobono

Omuntu bwakola ebibi mu bugenderevu, Katonda amuggyako amaaso Ge. Awo, omubi Setaani asobola okumuleetera ebibonoobono. Ebibonoobono bijja okusinziira omuntu gyakoma okujeemera ekigambo kya Katonda.

Bwagenda mu maaso n'okwonoona nga wadde ng'amae okuyita mu bibonoobono, ajja kufuna agazibu agasingawo nga bwe kyali mu Bibonoobono Ekkumi ebyagwa mu Misiri. Naye bwe yeenenya era nakyusa, ebibonoobono bigenda amangu ago ku lw'okusaasira kwa Katonda.

Abantu babonaabona n'ebibonoobono olw'obubi bwabwe, naye tusobola okusisinkana abantu ba mirundi ebiri mw'abo ababonaabona.

Ab'omulundi ogusooka bajja eri Katonda ne bagezaako okwenenya era ne bakyusa olw'ebibonoobono. Ku ludda olulala, abantu ab'omulundi omulala basigala beemulugunya eri Katonda nga bagamba, "Banange nsiiba ku kanisa, n'ensaba, n'empaayo, naye nnyinza ntya okufuna ekizibu bwe kiti?"

Ebivaamu bya njawulo ddala. Ku b'omulundi ogusooka, ekizibu kijja kugibwaawo era okusaasira kwa Katonda kujja kubakkako. Naye mu b'omulundo ogusembyeeyo, tebategeera na kizibu, kale ebizibi ne byeyongera okujja gye bali.

Omuntu gyakoma okubeera n'obubi mu mutima gwe, kimubeerera kizibu okutegeera ensobi ye alyoke akyuke. Omuntu ng'oyo alina omutima omukakanyavu nti taggulawo luggi lwa mutima gwe ne bwawulira enjiri. Ne bw'aba azze mu kukkiriza, alemererwa okutegeera ekigambo kya Katonda; ajja buzzi ku kanisa naye takyusa bulamu bwe.

N'olwekyo, Bw'oba olina ekintu ekikubonyaabonya, olina okukizuula nti waaliwo ekintu ekitaali kituufu mu maaso ga Katonda, era amangu ddala kiveeko olwo olyoke ove mu kizibu ekyo.

Emikisa Katonda Gy'agaba

Falaawo yasambajja ekigambo kya Katonda ekyamuleeterwa okuyita mu Musa. Teyakyuka ebibonobobo ebyali bijja gyali bwe byali bikyali byangu, kale bwatyo yalina okuyita ne mw'ebyo ebizibu ennyo. Bwe yagenda mu maaso n'okukola obubi, nga tagondera Katonda, ensi ye yonna yanafuwa nnyo nga tesobola kuwona. Yamaliriza afudde mu nfa embi ennyo. Nga yali musirusiru!

> *Era oluvannyuma ne bajja Musa ne Alooni ne bagamba Falaawo nti, "Bw'ati bw'ayogera MUKAMA, Katonda wa Isiraeri, nti, 'Leka abantu bange bankolere embaga mu ddungu'"* (Okuva 5:1).

Musa yasaba Falaawo aleke abaana ba Isiraeri okusinziira ku kigambo kya Katonda, Falaawo n'agaanirawo amangu ago.

> *Falaawo n'ayogera nti, "MUKAMA ye ani, mmuwulire eddoboozi lye okuleka Isireari? Simanyi nze MUKAMA, era nate sirireka Isiraeri"* (Okuva 5:2).

> *Ne boogera nti "Katonda wa Baebbulaniya yatusisinkana, tukwegayiridde, leka tugende olugendo lwa nnaku ssatu mu ddungu, tuweeyo saddaaka eri MUKAMA Katonda waffe, aleme okutukuba ne*

kawumpuli oba n'ekitala" (Okuva 5:3).

Falaawo bwe yawulira ekigambo okuva ewa Musa ne Alooni, mu ngeri etalina magezi yasalira abantu ba Isiraeri omusango nti banafu nti era mu kifo ky'okukola bali mukulowooza bitaliimu. Yababonyaabonya n'emirimu egy'obuddu emikambwe. Abaisiraeri baaweebwanga obutiba okukola bulooka naye ne babubagyako kyokka nga bakyalina okukola omuwendo gwa bulooka gwe gumu. Tekyababeerera kyangu olaba ne bwe baalina obutiba nga kizibu okutuuka ku muwendo ogwabalagirwanga, naye ate Falaawo bwe yalekerawo okubawa obutiba. Tusobola okulaba engeri omutima gwa Falaawo bwe gwali omukakanyavu.

Emirimu gyabwe egy'obuddu bwe gyayongera okuba emizibu, Abaisiraeri ne batandika okwemulugunya ku Musa. Naye Katonda naddamu okusindika Musa eri Falaawo okulaga obubonero. Katonda yali awa Falaawo eyali ajeemera ekigambo kya Katonda omukisa omulala okwenenya ng'amulaga amaanyi ga Katonda.

Musa ne Alooni ne bayingira ewa Falaawo ne bakola bwe batyo nga MUKAMA bwe yalagira, Alooni n'asuula omuggo gwe wansi mu maaso ga Falaawo ne mu maaso g'abaddu be, ne guba omusota (Okuva 7:10).

Okuyita mu Musa, Katonda yafuula omuggo omusota, okuweera Katonda omulamu obujjulizi eri Falaawo eyali tawulirangako Katonda.

Mu by'omwoyo, 'omusota' kitegeeza Setaani, ye lwaki Katonda omuggo yagufuulamu omusota?
Ensi Musa kwe yali ayimiridde n'omuggo byali bya nsi. Ensi eno ya mubi Setaani. Kino okukiteeka mu kabonero, Katonda kwe kukola omusota. Kwe kutubuulira nti abo abatali b'amazima mu maaso ga Katonda babeera bafuna emirimu gya Setaani.
Falaawo yawakanya Katonda, kale, Katonda yali tasobola kumuwa mukisa. Eyo yensonga lwaki Katonda yakola omusota, akabonero akalaga Setaani. Kaali kalanga nti wajja kubaawo emirimu gya Setaani. Ebibonoobono ebyaddako nga ekibonoobono eky'omusaayi, ebikere, n'ensekere byonna byakolebwa olw'emirimu gya Setaani.
Kale, omuggo okufuuka omusota kiri ku mutendera nga ebintu ebitonotono bibaawo omuntu ali obulindaala asobole okukitegeera. Bayinza n'okulowooza nti kituuseewo butuusi. Gwe mutendera nga tewali bulabe bwe nnyini butuukawo. Gwe mukisa oguteekebwaawo Katonda omuntu asobole okwenenya.

Falaawo Aleeta Abalogo Ba Misiri

Falaawo bwe yalaba omuggo gwa Alooni nga gufuuka omusota, Falaawo n'ayita abasajjabe abagezigezi n'abalogo ba Misiri.
Baali abalogo mu lubiri era baakolanga obukoddyo bungi

obw'ekirogo mu maaso ga kabaka okumusanyusa. Baalya obwami okuyita mu ngeri ezo ez'ekirogo. Era olw'okuba bino baali baabisikira kuva ku bajjajjaabwe, ddala baazaalibwa n'ekikula ekyo.

N'olwaleero, abalogo n'abafuusa bangi bayita mu kisenge kye China ekinene mu maaso g'abantu bangi, oba ne baleetera ekibumbe ekinene ekiri ku mulyango oguyingira mu kibuga New York, okubulawo. Era, abantu abamu beetendese mu kusiba omukka, oba okubaako bwe bafunya omubiri okumala ekiseera ekinene kale babeera basobola okwebaka ku katabi akatono, oba okubeera mu ppeyiro okumala ennaku nnyingi.

Ebimu ku bikolwa bino eby'ekirogo oba eby'ekifuusa birimba amaaso. Era olumu beetendeka okukola ebintu ebyewuunyisa ennyo. Bateekwa okuba baali batwalibwa nga baamaanyi mu kiseera ekyo okuba nti baali babikolera mu maaso ga kabaka okumala emirembe mingi! Naddala mu mbeera yaabwe, baali basobola okwetendeka okuba nga bawuliziganya n'emyoyo emibi.

Abalogo abamu mu Korea balina bwe bakwatagana ne zi dayimooni, era bazinira ku luso olwogi ennyo kyokka ne lutabasala. Abalogo ba Falaawo n'abo baalina bwe baali bakwatagana n'emyoyo emibi era ne bakola ebintu ebyewuunyisa bingi.

Abalogo b'omu Misiri baali beetendeka okumala ebbanga ddene, era okuyita mu bukolomooni obw'obulimba, baasuula emiggo era baasuula wansi emiggo era n'egirabika ng'emisota.

Abo Abatakkiririza mu Katonda Omulamu

Musa bwe yasuula omuggo gwe ne gufuuka omusota, Falaawo mu kaseera ako yalowooza nti ddala Katonda gyali nti era Katonda wa Isiraeri ye Katonda owa ddala. Naye bwe yalaba abalogo be nga n'abo bakoze omusota, awo eby'okulowooza nti Katonda gyali we byakoma.

Kyokka emisota egyakolebwa abalogo gyaliibwa omusota gwava mu muggo gwa Alooni, naye yalowooza nti kibaddewo bubeezi.

Mu kukkiriza, tewaba kintu kimaze gabeerawo. Naye eri omukkiriza omuggya, eyakakkiriza Mukama, wayinza okubaawo emirimu gya Setaani mingi okumutabula aleme okukkiriza mu Katonda. Era, abantu bangi ne bamaliriza nga babirowoozaako ng'ebintu ebibaddewo obubeezi.

Era, abakkiriza abamu abaakakkiriza Mukama bafuna eby'okuddamu eri ebizibu byabwe nga bayambibwako Katonda. Mu kusooka, bakkiriza amaanyi ga Katonda, naye ekiseera bwe kigenda kiyitawo, batandika okulowooza nti kyabaddewo bubeezi.

Nga Falaawo bwe yalaba emirimu gya Katonda nga omuggo gufuuka omusota, naye nagaana okukkiriza Katonda, waliyo abantu abatakkiririza mu Katonda omulamu naye buli kimu ne bakitwala nti kizze buzzi ne bwe babeera balabye emirimu gya Katonda.

Abantu abamu bakkiririza mu Katonda mu bujjuvu nga

balabye bulabi ku mulimu gwa Katonda omulundi gumu. Abalala basooka ne bakkiriza Katonda naye oluvannyuma, ne balowooza nti ebizibu byamaliddwawo busobozi bwabwe, kumanya kwabwe, obumanyirivu, oba okuyita mu buyambi bwa muliranwa, era omulimu gwa Katonda bwe gutyo ne bagamba nti gwazze buzzi.

N'olwekyo, Katonda abeera talina kyasigalizza wabula okubaggyako amaaso Ge. Era ekivaamu, ekizibu ekyali kigonjoddwa kisobola okudda.

Bwe buba ng'obulwadde bwali buwonyezeddwa, busobola okukomawo, oba buyinza n'okweyongera. Bwe kiba kizibu mu bizinensi, ebizibu ebisingawo ku byasooka biyinza okujja.

Bwe tutwala ebintu bya Katonda ng'ebizze obuzzi, kijja kutuleetera okubeera ewala ne Katonda. Olwo, ekizibu kye kimu kisobola okukomawo oba tuyinza n'okuyingira mu mbeera esingako obubi.

Mu ngeri y'emu, kubanga Falaawo yatwala omulimu gwa Katonda okuba nti kintu ekyajja obuzzi, yatandika okubonaabona n'ebibonoobono bye nnyini.

Falaawo omutima gwe ne gukakanyala, n'atabawulira, nga MUKAMA bwe yayogera (Okuva 7:13).

Essuula 3

Ebibonoobono Eby'omusaayi, Ebikera N'ensekere

Okuva 7:20-8:19

Musa ne Alooni ne bakola bwe batyo nga MUKAMA bwe yalagira, nayimusa omuggo, n'akuba amazzi agaali mu mugga, mu maaso ga Falaawo ne mu maaso g'abaddu be, amazzi gonna agali mu mugga ne gafuuka omusaayi (7:20).

MUKAMA n'agamba Musa, "Gamba Alooni nti, 'Golola omukono gwo n'omuggo gwo ku migga, ku nsalosalo, ne ku bidiba, olinnyise ebikere ku nsi ey'e Misiri.'" Alooni n'agolola omukono gwe ku mazzi g'e Misiri, ebikere ne birinnya ne bisaanikira ensi ey'e Misiri (8:5-6).

MUKAMA n'agamba Musa nti, "Gamba Alooni nti, 'Golola omuggo gwo okube enfuufu y'ensi, ebe ensekere mu nsi yonna ey'e Misiri. Ne bakola bwe batyo, Alooni n'agolola omukono gwe n'omuggo gwe n'akuba enfuufu y'ensi, ne waba ensekere ku muntu ne ku nsolo, enfuufu yonna ey'ensi n'eba ensekere mu nsi yonna ey'e Misiri'" (8:16-17).

Abasawo ne balyoka bagamba Falaawo nti, "Eno ye ngalo ya Katonda." Naye Falaawo n'akakanyala omutima gwe, n'atabawulira, nga MUKAMA bwe yayogera (8:19).

Katonda n'agamba Musa nti omutima gwa Falaawo gujja kukakanyala, era ajja kugaana abaisiraeri okugenda wadde nga yali alabye omuggo nga gufuuka omusota. Awo, Katonda n'agamba Musa eky'okukola kyonna mu bujjuvu.

Ogende eri Falaawo enkya, laba, afuluma okugenda ku mugga, naawe oliyimirira ku mabbali g'omugga okumusisinkana, n'omuggo ogwafuuka omusota oligutwala mu mukono gwo (Okuva 7:15).

Musa yasisinkana Falaawo eyali agenda ku mugga. Musa n'atuusa ekigambo kya Katonda gyali ng'akutte omuggo ogwali gwafuuka omusota mu mukono gwe.

N'omugamba nti [Pharaoh], "MUKAMA, Katonda wa Baebbulaniya, antumye gy'oli ng'ayogera nti, 'Leka abantu bange, bampeerereze mu ddungu, era laba, okutuusa kaakano towulira.' Bwatyo MUKAMA bwayogera nti 'Ku kino kw'olimanyira nga nze MUKAMA, laba, ndikuba n'omuggo oguli mu mukono gwange ku mazzi agali mu mugga, galifuuka omusaayi. N'eby'omu nnyanja birifa, omugga guliwunya, Abamisiri amazzi ag'omu mugga galibatama okunywako'" (Okuva 7:16-18).

Ekibonoobono ky'Omusaayi

Amazzi kye kintu ekisinga okuba okumpi naffe era kikwatagana butereevu n'obulamu bwaffe. Ebitundu nsanvu ku kikumi eby'omubiri gw'omuntu birimu mazzi; kintu kikulu nnyo eri ebitonde ebiramu byonna.

Olwaleero, mu mbeera ng'omuwendo gw'abantu gweyongedde, eby'enfuna okukyuka, ensi nnyingi zibonaabona n'okubulwa amazzi. Ekibiina ky'amawanga amagatte kyateekawo 'olunaku lw'ensi yonna olw'amazzi' okujjukiza ensi zonna omugaso gw'amazzi. Nga bagala okukubiriza abantu okukozesa obulungi ebifo ebitono omuli amazzi.

Mu nsi ya China edda, baalinanga minisita eyali avunaanyizibwa ku by'amazzi. Tusobola okulaba amazzi okutwetooloola wonna, naye olumu tulemererwa okulaba obulungi n'omugaso gw'amazzi mu bulamu bwaffe.

Banange nga kiyinza okuba ekizibu eky'amaanyi singa amazzi gonna mu ggwanga gafuuka musaayi! Falaawo w'e Misiri yasisinkana ekizibu ekyo eky'ewunyisa. Omugga gwonna gw'afuuka gwa musaayi.

Naye Falaawo yakakanyaza omutima gwe era n'atawulira kigambo kya Katonda, kubanga yalaba abalogo be nga n'abo bakyusa amazzi ne gafuuka omusaayi.

Musa yamulaga Katonda omulamu, naye Falaawo era yakiraba nga ekibaddewo obubeezi era n'akiwakanya. N'olwekyo, gye yakoma okuba n'obubi, n'ekibonoobono gye kyakoma okumujjira.

Musa ne Alooni baakola nga MUKAMA bwe yalagira. Mu maaso ga Falaawo ne mu maaso g'abaddu be era n'ayimusa omuggo era n'agukubako era amazzi g'omugga ne gafuuka omusaayi.

Awo, Abamisiri baalina okulima okwetooloola Omugga okufuna amazzi ag'okunywa. Kino kye kyali ekibonoobono ekisooka.

Amakulu ag'Omwoyo ag'ekibonoobono ky'Omusaayi

Olwo, amakulu ag'omwoyo agali mu kibonoobono ky'omusaayi ge galiwa?

Ekitundu ekisinga ku nsi y'e Misiri ddungu. N'olwekyo, Falaawo n'abantu be baabonaabona nnyo amazzi amalungi bwe gafuuka omusaayi.

Amazzi ag'okunywa n'ago ag'okukozesa ebirala si ge gaayonooneka gokka, wabula n'eby'ennyanja by'afa, era ekivundu kyali ky'amaanyi. Baali tebawulira bulungi n'akatono.

Nga n'olwekyo, ekibonoobono ky'omusaayi mu by'omwoyo kitegeeza okubonaabona okuva ku bintu ebitukwatako ennyo mu bulamu bwaffe obwa bulijjo. Bye bintu ebinyiiza ennyo era nga bya bulumi ebiva mu bantu abatuli okumpi ddala abatwetooloodde gamba nga ab'enganda, emikwano ne betukola n'abo.

Bwe bituuka ku bulamu bwaffe Obw'ekikristaayo,

ekibonoobono kino kiyinza okuba ekintu nga okuyigganyizibwa oba ekigezo ekiva mu mikwano gyaffe egituli okumpi, bazadde baffe, ab'oluganda, oba baliranwa. Era, abo abalina ekigera okukkiriza ekinene bajja kubiwangula mangu, naye abo ab'okukkiriza okutono bajja kubonaabona nnyo olw'okuyigganyizibwa n'ebigezo.

Ebigezo Ebijjira abo Abalina Obubi

Waliwo embeera za mirundi ebiri ezitutuukako bwe tusisinka ebigezo.

Esooka bwe tusisinkana ekigezo ekiva ku kuba nti tetutambulira mu kigambo kya Katonda. Mu kiseera kino, bwe twenenyezaawo era ne tukyusa, Katonda ajja kuggyawo ekigezo.

Yakobo 1:13-14 wagamba, "*Omuntu yenna bw'akemebwanga, tayogeranga nti Katonda ye ankema, kubanga Katonda takema na bubi, era ye yennyini takema muntu yenna, naye buli muntu akemebwa, ng'awalulwa okwegomba kwe ye n'asendebwasendebwa.*"

Ensonga lwaki tusisinkana embeera enzibu lwakuba tutwalibwa okwegomba kwaffe era ne tutatambulira mu kigambo kya Katonda, kale bwatyo omulabe Setaani n'atuleetera okugezesebwa.

Ey'okubiri, ebiseera ebimu tugezaako okuba abeesigwa mu

bulamu bwaffe Obw'ekikristaayo, naye ne tusigala nga tufuna ebigezo. Gye mirimu gya Setaani egigezaako okutuggya ku kukkiriza kwaffe.

Bwe twekkiriranya mu mbeera zino, obuzibu bujja kweyongera, era tetujja kusobola kufuna mikisa. Abantu abamu bafiirwa n'okukkiriza okutono kwe babadde n'akwo era ne baddayo mu nsi.

Wabula, embeera zombi zibaawo kubanga tulina obubi mu ffe. N'olwekyo, tulina okufuba okuzuula obubi bwonna mu ffe era tubuveemu. Tulina okusaba mu kukkiriza n'okwebaza. Olwo nno, tusobola okuwangula okugezesebwa.

Nga omusota gwa Musa bwe gwamira emisota gy'abalogo', ensi ya Setaani nayo eri wansi w'obuyinza bwa Katonda. Katonda bwe yasooka okuyita Musa, Yasooka kulaga kabonero ak'okukyusa omuggo ne gufuuka omusota era n'okuguzaayo ne guddamu okufuuka omuggo (Okuva 4:4). Kano kabonero akalaga nti ekigezo ne bwe kijja okuyita mu mirimu gya Setaani, Bwe tulaga okwagala kwaffe nga twesigama ku Katonda mu byonna, Katonda buli kimu ajja kukizaayo nga bwe kyali.

Kyokka, bwe twekkiriranya, tekuba kukkiriza, era tetusobola kulaba mirimu gya Katonda. Bwe tusisinkana ekigezo, Tulina okwesigama ku Katonda mu byonna era tulabe emirimu gya Katonda nga gugyawo ekigezo ekyo n'amaanyi Ge.

Buli kimu kiri wansi wa buyinza bwa Katonda. N'olwekyo, wadde kitono oba kinene, mu kigezo kyonna, Bwe twesigama Katonda mu byonna era ne tugondera ekigambo kya Katonda, ekigezo tekijja kuba kikulu gye tuli. Katonda Yenyini ajja kugonjoola ekizibu era atukulaakulanye mu buli kimu.

Naye ekikulu kiri nti, bwe kiba ng'ekizibu kitono, tusobola okukimalawo mangu, naye ekizibu bwe kiba kinene, si kyangu okuddirawo ddala obulungi. N'olwekyo, bulijjo tulina okwekeberanga n'ekigambo eky'amazima, nga tweggyako obubi bwonna, n'okutambulira mu kigambo kya Katonda, Tubeera nga tetusobola kusisinkana kibonoobono kyonna.

Ebigezo eri Abantu Ab'okukkiriza Bibaawo Basobole Okuweebwa Omukisa

Olumu, waliwo embeera ezitali za bulijjo. N'abo abalina okukkiriza okw'amaanyi basobola okusisinkana ebizibu. Omutume Pawulo, Yibulayimu, Danyeri, mikwano gye esatu, ne Yeremiya bonna basisinkana ebizibu. Ne Yesu yekemebwa omubi Setaani emirundi esatu.

Mu ngeri y'emu, ebigezi bijja eri abo abalina okukkiriza basobole okuweebwa emikisa. Bwe basanyuka, bwe beebaza era ne beesigama ku Katonda mu byonna, ebigezo ate bijja kufuuka omukisa era bisbola okuweesa Katonda ekitiibwa n'okumudiza ettendo.

N'olwekyo, kisoboka n'abo abalina okukkiriza okusisinkana ebigezo kubanga basobola okufuniramu emikisa nga bayita mu kuwangula embeera eyo. Wabula tebalisisinkana kibonoobono. Ebibonoobono bijjira omuntu ayonoona n'okusobya mu maaso ga Katonda.

Eky'okulabirako, Omutume Pawulo yayigganyizibwa ku lwa Mukama, naye okuyita mu kuyigganyibwa yafuna amaanyi mangi era n'aba wankizo nnyo mu kubuulira enjiri mu bwakabaka bw'abaluumi ng'omutume w'abamawanga.
Danyeri teyekkiriranya na bukoddyo bwakolebwa bantu babi abaali bamukwatibwa obuggya. Teyalekerawo kusaba, wabula n'atambulira mu butuukirivu bwokka. Era ekyavaamu, yasuulibwa mu bunnya bw'empologoma, kyokka teyakolebwako bulabe bwonna. Era n'addiza nnyo Katonda ekitiibwa.
Yeremiya yakungubaga era n'alabula abantu mu maziga abantu bwe bwe baali b'onoona mu maaso ga Katonda. Olwa kino yakubibwa n'asibibwa mu kkomera. Naye ne mbeera nga Yerusaalemi erumbiddwa Nebukadduneeza kabaka wa Babilooni era ng'abantu bangi battibwa abalala ne bawambibwa, Yeremiya yawonawo era n'ayisibwa bulungi nnyo kabaka.
N'okukkiriza, Yibulayimu yayita ekigezo eky'okuwaayo omwana we omu yekka, Yisaaka, n'aba ng'sobola okuyitibwa mukwano gwa Katonda. Yafuna omukisa ogw'amaanyi ennyo mu mwoyo n'omubiri okuba nti ne kabaka w'ensi yamussangamu ekitiibwa.
Nga bwe kyanyonnyoddwa, mu mbeera ezisinga obungi, ebigezo bitugira olw'ebika by'ebibi bye tulina, naye ate waliwo n'embeera ezitali za bulijjo ng'abantu ba Katonda bafuna okugezesebwa mu kukkiriza kwabwe. naye ng'ekiva mu kino mikisa.

Ekibonoobono Ky'ebikere

N'oluvannyuma lwe nnaku musanvu ng'amazzi g'omugga gamaze okufuuka omusaayi, Falaawo yali akyakakanyazizza omutima gwe olw'okuba abalogo be n'abo baali basobola okukyusa amazzi ne gafuuka omusaayi. era bwatyo yagaana abaana ba Isiraeri okugenda.

Nga kabaka we ggwanga, Falaawo yalina okulowooza ku mbeera abantu be gye baalimu ey'okubulwa amazzi, naye ekyo teyakifaako, Kubanga omutima gwe gwali mukakanyavu.

Olw'omutima gwa Falaawo guno omukakanyavu, ekibonobono eky'okubiri ne kijja ku Misiri.

N'omugga gulijjula ebikere, ebiririnnya ne biyingira mu nnyumba yo ne mu kisenge kyo mw'osula, ne ku kiriri kyo, ne mu nnyumba y'abaddu bo, ne ku bantu bo, ne mu ntamu zo, ne mu bibbo eby'okugoyeramu, n'ebikere biririnnya ku ggwe, era ne ku bantu bo, ne ku baddu bo bonna (Okuva 8:3-4).

Nga Katonda bwe yagamba Musa, Alooni n'agolola omukono gwe ogwali gukutte omuggo ku mazzi g'e Misiri, era omuwendo gw'ebikere omungi ennyo ne bitandika okujjula mu nsi y'e Misiri. Awo, abalogo n'abo ne bakola kye kimu n'obulogo bwabwe.

Okujjako ku ssemazinga Antartica ng'eno wajjudde bbalaafu kyenkana yekka, mu nsi yonna mulimu ebika by'ebikere ebiri eyo mu 400. Era obunene bwabyo bwa njawulo wakati wa sentimita 2.5 ne sentimita 30.

Abantu abamu balya ebikere, naye abantu batera okwekanga oba okwesisiwala ng'abalabye ebikere. Amaaso g'ebikere gali kungulu ate tebirina na mukira. Amagulu gaabyo ag'emabega galina akabubi akakutte obugere bwonna awamu era olususu lwabyo lubeera lubisi essaawa yonna. Ebintu bino byonna abantu tebitera kubawuliza bulungi.

Ebikere tebyali bibale bubazi, naye ebikere ebitabalika byazinda ensi yonna. Byatuula ku mmeeze kwe baliira n'ebibuukirabuukia mu bisenge ne ku buliri. Ng'abantu tebasobola kuwoomerwa mmere wadde okwebaka mu mirembe.

Amakulu Ag'omwoyo Ag'ekibonoobono ky'Ebikere

Olwo, amakulu ag'omwoyo agali mu kibonoobono eky'ebikera ge galiwa?

Mu kitabo ky'Okubikkulirwa 16:13 wagamba nti, *"emizimu emibi esatu, nga giri ng'ebikere."* Ebikere bye bimu ku bisolo eby'omuzizo, era mu makulu ag'omwoyo, kitegeeza Setaani.

Ebikere okutuuka mu lubiri lwa kabaka ne mu nnyumba z'abakungu mu gavumenti ne mu bantu kitegeeza nti ekibonoobono kino kyatuuka ku buli muntu mu ngeri y'emu, nga tekiriiko nti oba ono mukungu oba tali.

Era, ebikere okulinnya waggulu ku buliri kitegeeza nti wajja kubaawo obuzibu wakati w'abaami ne bakyala baabwe.

Eky'okulabirako, katugambe omukyala mukkiriza naye ng'omwami we tali, era ng'omwami we alinayo omulala ebbali. Kati, bwe bamusanga, ng'atandika okugamba nti, "Anti gwe lwakuba obeera mu kanisa essaawa yonna."

Omukyala bwakkiririza mu mwami we, ayeekwasa ekanisa olw'ebizibu byabwe bo, era n'ava ku Katonda, olwo nno ekyo kiba ekizibu ekireetebwa 'Setaani mu kisenge.'

Abantu basisinkana ekizibu eky'ekika kino kubanga balina obubi mu bo. Balinga abatambulira mu kukkiriza kwabwe obulungi, naye bwe basisinkana ebizibu, emitima gyabwe giyuuzibwa. Okukkiriza kwabwe n'essuubi mu ggulu biggwaawo. Essanyu n'emirembe gyabwe n'ebiggwaawo, era ne batya okutunuulira obutuufu bw'ensonga ebaddewo.

Naye bwe babeera nga ddala balina essuubi ly'eggulu era nga bagala Katonda, era bwe babeera nga balina okukkiriza okwa ddala, tebajja kukosebwa olw'ebizibu bye bayitamu ku nsi kuno. Waakiri babiwangula era ne batandika okufuna eby'amagero.

Ebikere by'ayingira mu ntamu ne mu bibbo omugoyerwa emmere. Ebibbo omugoyerwa emmere kitegeeza emmere yaffe eya buli lunaku, ate entamu kitegeeza gye tukolera oba mu bizinensi zaffe. Kino okutwaliza awamu kitegeeza emirimu gya Setaani mu maka g'abantu, gye bakolera, mu bizinensi zaabwe, ne mu mmere gye tulya buli lunaku, kale buli omu ajja kuteekebwa mu mbeera enzibu era ezeerariikiriza.

Mu mbeera ey'ekika kino, abantu abamu tebawangula kugezesebwa kuno nga balowooza nti, "Ebigezo bino bijja gye ndi olw'okukkiriza kwange mu Yesu," era olugira ne baddayo mu nsi. Kuno kwe kuva mu kkubo ery'obulokozi n'obulamu obutaggwaawo.

Naye bwe bakkiriza nti embeera eyo enzibu ejja gye bali olw'okubulwa okukkiriza n'ekika ky'obubi, era ne bakyenenya, emirimu gya Setaani egisumbuwa gijja kuvaawo, era ne Katonda ajja kubayamba okuvvunuka ebizibu.

Bwe tuba nga ddala tulina okukkiriza, teri bizibu oba ebibonoobono bijja kufuuka kizibu gye tuli. Newakubadde tuyinza okusisinkana ekigezo, bwe tusanyuka, ne twebaza, era ne tuba obulindaala era ne tusaba, ebizibu byonna bisobola okugonjoolwa.

Falaawo n'alyoka abayita Musa ne Alooni, n'ayogera nti, "Musabe MUKAMA anziyeko ebikere nze n'abantu bange, nange naabaleka abantu, baweeyo saddaaka eri MUKAMA" (Okuva 8:8).

Falawo yasaba Musa ne Alooni okumugyako ebikere ebyali bijjudde mu nsi yonna. Okuyita mu ssaala ya Musa, ebikere ne bifiira mu mayumba g'abantu, mu mpya z'abantu, ne mu nnimiro.

Abantu ne babikung'aanya ne bifuuka ng'ensozi, ensi yonna n'ewunya. Olwo ne balyoka bafuna obuweerero. Naye Falaawo bwe yafuna ku buweerero, n'akyusa endowooza ye. Era nga yali asuubizza nti ajja kusindika abaana ba Isiraeri bagende singa ebikere binaaba bivuddewo, naye ate n'amala ne yeekyusa.

Naye Falaawo bwe yalaba ng'ebbanga weeriri ery'okuwummuliramu, n'akakanyaza omutima gwe n'atabawulira, nga MUKAMA bwe yayogera (Okuva 8:15).

'Okukakanyaza omutima' kitegeeza nti Falaawo yalina empaka. Nga wadde yali alabye emirimu agy'omuddiring'anwa Katonda gye yali akoze, teyawuliriza Musa. Era ekyavaamu, ekibonoobono ekirala n'ekimujjira.

Ekibonoobono ky'ensekere

Katonda n'agamba Musa mu Okuva 8:16 nti, *"Gamba Alooni nti, 'Golola omuggo gwo okube enfuufu y'ensi, ebe ensekere mu nsi yonna ey'e Misiri.'"*

Musa ne Alooni bwe baakola nga bwe baalagirwa, enfuufu y'ensi neefuuka ensekere mu nsi y'e Misiri yonna.

Abalogo ne bagezaako n'obukoddyo bwabwe obw'ekirogo okuleetawo ensekere, naye ne batasobola. Oluvannyuma baakiraba nti teri maanyi ga muntu gasobola kukikola era ne bagamba kabaka nti.

Eno ngalo ya Katonda (Okuva 8:19).

Okutuuka lwe baatuuka wano, luli abalogo baali basobola okukola ekintu kye kimu ng'okukyusa omuggo okufuuka omusota, okukyusa amazzi ne gafuuka omusaayi, n'okuleetawo ebikere. Naye eky'ensekere tebaakisobola.

Era ekyavaamu, n'abo bennyini ne bakkiririza mu maanyi ga Katonda agaalagibwa okuyita mu Musa. Naye ye Falaawo yagenda mu maaso n'okukakanyaza omutima gwe era n'atawuliriza Musa.

Amakulu Ag'omwoyo Ag'ensekere

Mu Lwebbulaniya ekigambo 'Kinim' kitere kutegeeza 'ensekere, enkwa, oba ekiwuka ekyefaananyiriza ensiri.' Obuwuka obwo butera kubeera butono era nga butera kusangibwa mu bifo ebitali biyonjo. Bwekwata ku lususu lw'omuntu oba ensolo era ne bunuuna omusaayi. Butera kusangibwa mu bintu nga engoye, enviiri, oba ebyoya by'ensolo. Waliyo ebika by'ebiwuka bino ebissuka mu 3,300.

Bwe bunuuna omusaayi gw'omuntu, wabeera wasiiwa. Era kiyinza n'okuvaako endwadde endala nga omusujja omubi ennyo.

Leero, mu bibuga ebiyonjo si kyangu okusanga ensekere, naye ng'ate ebiwuka eby'ekika ekyo ebirya ku bantu byalinga bingi nnyo olw'obukyafu.

Olwo, ekibonoobono ky'ensekere kye kiriwa ddala?

Enfuufu y'ensi yafuuka ensekere. Enfuufu kantu katono nnyo nga kayinza n'okufuumuuka bwe tuba tussa. Empeke y'enfuufu emu yeenkanankana nga bu mayikolo 3 oba 4 okutuuka ku mayikolo 5.

Nga akantu akatono ennyo akatalina makulu nga enfuufu bwe kafuuka ensekere ne katandika okunuuna omusaayi gw'omuntu era ne kaleeta okubonaabona n'okukaluubirirwa, ekibonoobono ky'ensekere akabonero kaakyo kalaga nti n'obuntu obutono ennyo obubadde wansi w'ettaka ng'ekitaliimu, amangu ago busobola okuvaayo era ne bukula ne bufuuka agazibu aganene okutandika okutubonyaabonya.

Ebiseera ebisinga, okusiiwa tekutera kuluma nnyo ng'obulumi bw'endwadde endala, naye obeera weetamwa. Era, nga ensekere bwe zibeera mu bifo ebikyafu, ekibonoobono ky'ensekere kijja kujja mu kifo awali obubi.

Eky'okulabirako, okuyomba okutonotono wakati w'ab'oluganda oba wakati w'omwami n'omukyala kuyinza okuvaamu oluyombo olunene ennyo. Bayinza okwogera ku kintu ekitono ennyo ekyabaawo edda, ne baggyamu oluyombo olunene. Kino nakyo kibonoobono kya nsekere.

Obubi nga obuggya n'ensalwa mu mutima busobola okukula ne bufuuka obukyaayi, omuntu bwalema okufuga obusungu bwe yeekanga aboggolodde omuntu, ekiriimbo ky'omuntu ekyali ekitono kifuuka eky'amaanyi omuntu ng'agezaako okukikweka, bino byonna byakulabirako eby'ebibonoobono by'ensekere.

Bwe wabaawo obubi obwefumba mu mutima, olwo omuntu abeera alumwa mu mutima gwe. Awulira ng'obulamu Bw'ekikristaayo buzibu nnyo era obulwadde obutali bw'amaanyi buyinza okumugwiira. Ebintu bino n'abyo bibonoobono bya nsekere. Bwe tufuna sennyiga amangu awo, oba bwetubeera nga tuyombayomba n'ebizibu, tulina okwetunulamu n'okwenenya.

Olwo, kitegeeza ki nti ensekere n'eziba ne ku nsolo? Ensolo bitonde ebirina obulamu era mu kiseera ekyo, omuwendo gw'ensolo, wamu ne ttaka, kyali ekipimo ekiraga obuggagga bw'omuntu. Kabaka, abakungu be, n'abantu abalala baalina ennimiro z'emizabbibbu era baali n'abalunzi.

Olwaleero, eby'obuggagga byaffe bye biriwa? Si mayumba gokka, ttaka, bizinensi oba emirimu gyaffe wabula n'ab'omu maka gaffe bagwa mu kiti kino 'eky'eby'obuggagga byaffe.' Era olw'okuba ensolo bitonde ebirina obulamu, Kitegeeza ab'eng'anda ababeera awamu.

'Ensekere okubeera ku bantu ne ku nsolo' kitegeeza nti ng'ebizibu ebitono ennyo bwe bigenda bikula, si ffe ffekka ababonaabona wabula n'ab'omu maka gaffe.

Eby'okulabirako by'ekyo kwe kuba ng'abaana babonaabona olw'ensobi z'abazadde baabwe, oba omwami okubonaabona olw'ensobi za mukyala we.

Mu nsi ye Korea, abaana bangi abato balina obulwadde bw'olususu oluzimba n'erubasiiwa n'okuzimba. Lutandika na kubasiiwa, olugira olususu lwonna ne luzimba era ebizimbye n'ebyabika n'okuvaamu amasira.

Olususu olukoseddwa ennyo, lwatikayatika lwonna okuva ku mutwe okutuuka ku kigere nga bwe lufulumya amasira. Era omwana yenna abeera avaamu omusaayi n'amasira.

Abazadde bwe balaba abaana baabwe mu mbeera eno kibakosa nnyo kubanga babeera tebalina kye bayinza kukolera baana baabwe.

Era, abazadde bwe banyiiga, abaana baabwe abato batera okufuna omusujja ogwa mangu. Ebiseera bingi, obulwadde bw'abaana buva ku nsobi z'abazadde baabwe.

Mu mbeera eno, abazadde bwe batunula mu bulamu bwabwe era ne beenenya olw'obutatuukiriza buvunaanyizibwa bwabwe bulungi, obutaba na ddembe n'abalala, na buli kimu ekitaali kituufu mu maaso ga Katonda, abaana bawonyezebwa mangu ddala.

Tusobola okukiraba nti era kubeera kwagala kwa Katonda aganya embeera ezo okubaawo. Ekibonoobono ky'ensekere kitujjira bwe tubeera tulina obubi mu ffe. N'olwekyo, tetulina kutwala n'obwo obuntu obutono obuguddewo nti buzze buzzi, naye tuzuule buli kika kya bubi mu ffe, era mu mangu ddala twenenye era tubweggyemu.

Essuula 4

Ebibonoobono bye Nsowera, Nsotoka, N'amayute

Okuva 8:21-9:11

"MUKAMA n'akola bw'atyo. Ebikuukuulu by'ensowera ne bijja ebizibu mu nnyumba ya Falaawo ne mu nnyumba z'abaddu be, ne mu nsi yonna ey'e Misiri ensi n'efa ebikuukuulu by'ensowera" (8:24).

"Laba, omukono gwa MUKAMA guli ku magana go agali mu ttale, ku mbalaasi, ku ndogoyi, ku ng'amira, ku nte, ku ndiga, nsotoka omuzibu ennyo. MUKAMA n'akola kiri bwe bwakya enkya, amagana gonna ag'e Misiri ne gafa, naye mu magana g'abaana ba Isiraeri tewaafa n'emu" (9:3, 6).

"Ne batwala evvu ery'omu kyoto, ne bayimirira mu maaso ga Falaawo, Musa n'alimansa waggulu, ne liba ejjutte eriyulika mu mabwa ku muntu ne ku nsolo. Abasawo ne batayinza kuyimirira mu maaso ga Musa ku lw'amayute, kubanga amayute gaali ku basawo, ne ku Bamisiri bonna" (9:10-11).

Abalogo ba Misiri bakkiririza mu maanyi ga Katonda bwe baalaba ekibonoobono ky'ensekere. Naye ye Falaawo yasigala akakanyaza omutima gwe era n'atawuliriza Musa. Amaanyi ga Katonda agaali galagiddwa okutuuka mu kiseera kino gaali gamumala ye okukkiririza mu Katonda. Naye yeesigama ku maanyi ge n'obuyinza era ne yeetwala nga katonda, era yali tatya Katonda.

Ebibonoobono byeyongera, naye teyeenenya wabula yagenda mu maaso n'okukakanyaza omutima gwe. N'olwekyo, ebibonoobono byeyongera okuba eby'amaanyi. Bwe baali nga bakyali ku kibonoobono eky'ensekere, baali basobola okuddawo amangu ddala. Naye kati embeera yali yeeyongera kuba nzibu okugivaamu.

Ekibonoobono ky'Ensowera

Musa yagenda mu maaso ga Falaawo ku makya mu matulutulu okusinziira ku kigambo kya Katonda. Nate n'amutwalira obubaka bwa Katonda okuganya abaana ba Isiraeri okugenda.

> *MUKAMA n'agamba Musa nti "Golokoka ku nkya mu matulutulu oyimirire mu maaso ga Falaawo, laba afuluma okugenda ku mazzi, omugambe nti, Bw'atyo MUKAMA bw'ayogera nti 'Leka abantu bange, bampeereze'"* (Okuva 8:20).

Wadde kyali bwe kityo, Falaawo teyawuliriza Musa. Kino kyaleetera ekibonoobono ky'ensowera okubajjira, si mu lubiri lwa Falaawo ne mu nnyumba z'abakungu be mwokka, wabula ne mu nsi ya Misiri yonna. Ensi n'ejjula ensowera.

Ensowera za bulabe. Zitambuza endwadde nga omusujja gw'omubyenda, kolera, akafuba, n'ebigenge. Ensowera zisobola okuzaalira awantu wonna, ne ku bubi bw'abantu ne ku kasasiro. Zirya ekintu kyonna wadde bubi oba mmere. Emmere yeemulungula mangu mu lubuto lwayo era efuluma buli ddakiika ttaano.

Obuwuka obwenjawulo busobola okulekebwa ku mmere ya bantu oba ku bintu ebikozesebwa era busobola okuyingira mu mubiri gw'omuntu. Emimwa gyazo n'ebigere byazo bibeera bijjudde amazzi agalimu obuwuka obwo. Ensowera ze zimu ku bintu ebisinga okutambuza obuwuka obuvaako endwadde.

Olwaleero, tulina engeri nnyingi zetukozesa okwewala endwadde n'okuziwonya, era tekyali ndwadde nnyingi zitambuzibwa nsowera. Naye edda ennyo, endwadde ezitambuzibwa obuwuka bwe zaabalukangawo, abantu bangi baafanga. Era, ng'ogyeko endwadde ezitambuzibwa obuwuka, ensowera bwe zituula ku mmere gye tulya, kitubeerera kizibu okugirya kubanga tejja kubeera nyonjo.

Era ensowera teyali emu oba bbiri, zaali ensowera ezitabalika ezajjula mu Musiri yonna. Nga kyali kya bulumi eri abantu! Bateekwa okuba baali beerariikirivi nnyo okulaba ensowera nga zing'onga buli wamu.

Ensi ya Misiri yonna yazindibwa ensowera zino ez'obulabe. Kino kitegeeza nti etabu eno teyali ku Falaawo yekka wabula n'abamisiri bonna kubanga yabuna Misiri yonna.

Naye okulaga enjawulo wakati w'aba Isiraeri n'Abamisiri, teyali nsowera yonna mu Goseni Abaisiraeri gye baali babeera.

Mugende, muweeyo saddaaka eri Katonda wammwe mu nsi eno (Okuva 8:25).

Nga Katonda tannasindika kibonoobono ekisooka, Yabalagira okumuwa ssaddaaka mu ddungu, naye Falaawo n'abalagira ssaddaaka bagimuweere mu nsi y'e Misiri. Kati, Musa n'agaana ekirowoozo ekyo era n'amuwa ensonga.

Si kirungi okukola bwe kityo, kubanga tuliwa eky'omuzizo eky'Abamisiri MUKAMA Katonda waffe, laba, bwe tulimuwa eky'omuzizo eky'Abamisiri mu maaso gaabwe, tebalitukuba amayinja? (Okuva 8:26).

Musa n'agenda mu maaso okumugamba nti bajja kugenda mu ddungu okumala ennaku satu era bagoberere ekiragiro kya Katonda. Falaawo n'amuddamu n'amugamba nti baleme kugenda wala nnyo nti era naye bamusabire.

Musa n'agamba Falaawo nti ensowera zijja kuggaawo olunaku oluddako, era n'amugamba abeere mwesigwa mu kigambo kye okuleka abaana ba Isirari bagende.

Naye ensowera bwe zaagenda oluvannyuma lw'essaala ya Musa, Falaawo n'akyusa emmeeme ye era n'ataganya baana ba Isiraeri kugenda. Okuyita mu kino tusobola okutegeera engeri Falaawo gye yalimu omulimba era omukalabakalaba. Tusobola n'okukiraba lwaki yagenda mu maaso okusisinkananga ebibonoobono.

Amakulu Ag'omwoyo Agali mu Kibonoobono ky'ensowera

Nga ensowera bwe ziva mu bifo ebitali biyonjo era n'ezitambuza endwadde ezitambuzibwa obuwuka, omutima gw'omuntu bwe gubeera omubi era ogutali muyonjo, ajja kwogera bubi bwereere, era aleetere abalala endwadde oba ebizibu okumujjira. Kino kye kibonoobono ky'ensowera.

Ekibonoobono eky'ekika kino, bwe kijja, tekijja ku muntu yekka wabula ne ku mukyala we/oba omwami we ne ku mulimu. Mataayo 15:18-19 wagamba, *"Naye ebifuluma mu kamwa biva mu mutima, n'ebyo bye byonoona omuntu. Kubanga mu mutima mwe muva ebirowoozo ebibi, obussi, obwenzi, obukaba, obubbi, okuwaayiriza, okuvuma."*

Buli ekiri mu mutima gw'omuntu kivaayo nga kiyita mu kamwa. Okuva mu mutima omulungi, ebigambo ebirungi bye bivaavo, naye okuva mu mutima ogutali muyonjo, ebigambo ebitali biyonjo bye bivaayo. Bwe tuba n'agatali mazima n'obukalabakalaba, obukyayi obusungu, ebigambo ebiraga ekyo n'ebikolwa bijja kuvaayo.

Okwogera ku muntu obubi, okusalira abalala emisango, okukolokota omuntu, n'okuvuma byonna biva mu bubi, n'obuccaafu obw'omutima. Eyo yensonga lwaki Matayo 15:11 wagamba, *"Ekiyingira mu kamwa si kye kyonoona omuntu, naye ekiva mu kamwa ekyo kye kyonoona omuntu."*

N'abatakkiriza boogera ebintu nga, "Obwayiise tebuyoleka." Tosobola kumala gasazaayo by'ova kwogera. Naddala mu bulamu bw'Omukristaayo, okwatula kwa kamwa kukulu nnyo. Ebigambo by'oyogera, oba birungi oba bibi, ekibivaamu kibeera kyanjawulo gyoli.

Bwe tuba nga tulina ssennyiga oba endwadde ennyangu n'ekukwata, kino kigwa mu ssa ly'ekibonoobono ky'ensekere. Kale, bwe weenenya amangu ddala, tusobola okuwona. Naye bwe kiba nga kivudde ku kibonoobono eky'ensowera tetusobola kuwona mangu ago ne bwe twenenya. Olw'okuba kiva ku bubi bungi okusingako mu kibonoobono ky'ensekere, tulina okusasulira ebibi bye tukola.

N'olwekyo, bwe tusisinkana ekibonoobono ky'ensowera, tulina okwetunulamu era twenenyeze ddala olw'ebigambo ebibi n'ebintu ng'ebyo. Okujjako nga tumaze kwenenya ekizibu lwekisobola okuggwaawo.

Mu Bayibuli tusobola okusangamu abantu abaasasulira ebigambo byabwe ebibi bye baayogera. Bwe kyali eri Mikali, muwala wa Kabaka Sawulo ne mukyala wa Kabaka Dawudi.

Mu 2 Samwiri essuula 6, Ssanduuko ya MUKAMA bwe yali ekomezebwaawo mu kibuga kya Dawudi, Dawudi yali musanyufu nnyo era n'azinira waggulu nnyo mu maaso ga buli muntu.

Ssanduuke ya MUKAMA kaali akabonero ak'okubeerawo kwa Katonda. Yali yatwalibwa aba Firisuuti mu biseera by'abalamuzi kyokka n'ekomezebwaawo. Yali tekyasobola kubeera mu weema era n'egira ng'ebeera e Kiriath-jearim okumala emyaka nga nsanvu. Dawudi ng'amaze okutuula ku namulondo, yasobola okuleeta ssanduuke mu weema mu Yerusaalemi. Yali musanyufu nnyo.

Si Dawudi yekka wabula n'abaana ba Isiraeri bonna baajaganyiza wamu era ne batendereza Katonda. Naye Mikali, eyali alina okujaganya awamu n'omwami we, yayisa mu Kabaka amaaso era namulengeza.

> *Kabaka wa Isiraeri ng'abadde wa kitiibwa leero, eyeebikkulidde leero mu maaso g'abazaana b'abaddu be, ng'omu ku basajja abataliiko kye bagasa bwe yeebikkula nga talina nsonyi!* (2 Samwiri 6:20).

Olwo, Dawudi yamugamba atya?

> *Kyabadde mu maaso ga MUKAMA eyannonda okusinga kitaawo n'okusinga ennyumba ye yonna okunfuula omukulu w'abantu ba MUKAMA, owa Isiraeri, kyennaavanga nzannyira mu maaso ga*

MUKAMA. Era neeyongeranga okwetoowaza okukirawo, era naabanga anyoomebwa mu maaso gange nze, naye abazaana b'oyogeddeko abo balinzisaamu ekitiibwa (2 Samwiri 6:21-22).

Mikali eyayogera ebigambo ebibi bwe bityo, yafa tazadde mwana.

Mu ngeri y'emu, abantu b'onoona nnyo n'emimwa gyabwe, naye ne batategeera nakutegeera nti ebigambo byabwe bibi. Olw'okwonoona okw'emimwa, okusasulira ebibi ebyo kujja mu bifo gye bakolera, ku bizinensi zaabwe n'ab'omu maka gaabwe, naye tebategeera na lwaki kiri bwe kityo. Katonda era atubuulira ku bukulu bw'ebigambo.

Mu kusobya kw'emimwa mulimu ekyambika eri omuntu ow'ekyejo. Naye omutuukirivu aliva mu kulaba ennaku. Omuntu alikkuta ebirungi olw'ebibala eby'akamwa ke, n'ebikolwa eby'emikono gy'omuntu alibisasulibwa (Engero 12:13-14).

Omuntu anaalyanga ebirungi olw'ebibala eby'akamwa ke, Naye emmeeme ey'abasala enkwe eneeryanga kugirirwa kyejo. Akuuma akamwa ke anyweza obulamu bwe, naye ayasama enyo akamwa ke aliba n'okuzikirira (Engero 13:2-3).

Okufa n'obulamu biba mu buyinza bw'olulimi, N'abo abalwagala balirya ebibala byalwo (Engero 18:21).

Tulina okutegeera embeera ezijja olw'ebigambo ebibi ebifuluma ku kamwa kaffe, tubeera nga twogera ebigambo birungi byokka, ebigambo eby'obutuukirivu era eby'ekitangaala, n'okwatula okw'okukkiriza.

Ekibonoobono kya Nsotoka Omuzibu Ennyo

Wadde nga yali ayise mu kubonaabona olw'ebibonoobono by'ensowera, Falaawo yali akyakakanyazza omutima gwe era n'agaana Abaisiraeri okugenda. Olwo, Katonda n'aleka ekibonoobono kya nsotoka okubaawo.

Era ne ku luno, Katonda yasindika Musa nga tanata kibonoobono. Yasindika Musa okutwala obubaka bw'okwagala Kwe.

Kubanga bw'onoogaana okubaleka n'oyongera okubakwata, laba, omukono gwa MUKAMA guli kumagana go agali mu ttale, ku mbalaasi, ku ndogoyi, ku ng'amira, ku nte, ne ku ndiga, nsotoka omuzibu ennyo. Era MUKAMA alyawula amagana g'Abaisiraeri, so tewalifa n'emu mu ago ag'abaana ba Isiraeri gonna (Okuva 9:2-4).

Okusobola okubamanyisa nti ekinaabaawo kijja kuba tekigudde bugwi wabula ekibonoono ekizze olw'amaanyi ga Katonda, Yateekangawo essaawa yennyini, ng'agamba nti, "Enkya MUKAMA ajja kukola ekintu bwe kiti mu nsi eno." Mu ngeri eno yabawanga omukisa okwenenya.

Singa yali akkiririza mu maanyi ga Katonda wadde akatono bwe kati, Falaawo yandikyusizza omutima gwe n'ataddamu kubonaabona na kibonoobono kirala kyonna.

Naye teyakyusa mutima gwe. Era ekyavaamu, nsotoka n'abagwiira, era ensolo zonna ezaali ku ttale –embalaasi, endogoyi, eng'amira, ente, byonna ne bifa.

Kyokka, ku magana g'aba Isiraeri tekwafa wadde ensolo emu. Katonda yabaganya okutegeera nti Katonda mulamu era atuukiriza ekigambo Kye. Falaawo kino yali akimanyi bulungi nnyo, naye era n'asigala ng'akakanyazza omutima gwe.

Amakulu ag'Omwoyo Ag'Ekibonoobono kya Nsotoka

Nsotoka buba bulwadde obukwata amangu ennyo era ne butta abantu abawera oba ebisolo mu bbanga etono. Kati, ensolo zonna mu Misiri zaafa, era osobola okulaba okufiirwa kwe baalimu.

Eky'okulabirako, obulwadde bw'ensanjabavu, obwagwa mu Bulaaya mu kyasa eky'ekkumi n'ebina, bwali bulwadde obwali bugudde mu nsolo nga kumujje n'emmese. Naye ne bukwata abantu okuyita mu nkwa era abantu bangi ne bafa. Olw'okuba bwali bukwata mangu nnyo kyokka nga ne ddagala lyabwo lyali terinnagunjibwaawo, bwatwala obulamu bw'abantu bangi.

Ebisibo by'ente endogoyi, endiga ne mbuzi bwali bumu ku buggagga bw'abantu. N'olwekyo, ebisibo kabonero akalaga eby'obuggagga bwa Falaawo, abakungu be n'abantu. Ebisibo bintu ebirina obulamu, era mu makulu aga leero, kitegeeza abantu ab'omu maka gaffe, emikwano gye tubeera n'agyo awaka, ku mirimu ne mu bizinensi.

Ekyaleeta nsotoka ku bisibo by'omu Misiri bwali obubi bwa Falaawo. N'olwekyo, amakulu ag'omwoyo ag'ekibonoobono kya nsotoka kwe kuba nti endwadde zijja kugwiira ab'omu maka gaffe bwe tukung'anya obubi bungi era Katonda n'atugyako obwenyi Bwe.

Eky'okulabirako, abazadde bwe bajeemera Katonda, abaana baabwe be basinga okwagala basobola okugwamu ekirwadde ekiziu okuwoza. Oba, olw'obubi bw'omwami, mukyala we asobola okulwala. Ekibonoobono eky'ekika kino bwe kitujjira, tetulina kukoma kukwetunulamu kyokka, wabula n'abantu b'omu maka bonna balina okwenenyeza awamu.

Okuva mu Kuva 20:4 n'okweyongerayo, walaga nti ekibi ky'okusinza ebifaanaanyi kijja okusasulibwa okutuuka ne kumulembe ogw'omulundi ogw'okuna.

Kituufu, Katonda kwagala tajja kumala gabonereza mu buli mbeera. Singa abaana balungi mu mutima, era nga bakkiriza

Katonda n'okuba n'okukkiriza, tebajja kusisinkana kibonoobono kyonna ekiva ku bibi bazadde baabwe bye bakoze.

Naye abaana bwe baweza obubi bungi okwongereza ku bubi bwe baasikira okuva ku bazadde baabwe, bajja kusisinkana ebyo ebiva mu bibi. Ebiseera ebisinga, abaana abo abazaalibwa mu maka agavaamu abasinza ennyo ebifaananyi bangi bazaalibwa n'obulema obuzaale oba nga balina ekizibu ky'omu bwongo.

Abantu abamu balina eddagala erireeta emikisa nga likekwedda mu bumu ku busonda bw'omu nnyumba zaabwe. Abalala basinza ebifaananyi bya Budda. Abalala bateeka amannya gaabwe mu masinzizo ga Budda. Mu mbeera z'okusinza ebifaananyi okw'amaanyi bwe kutyo, wadde bo bennyini bayinza obutabonaabona na bibonoobono, abaana baabwe bajja kufuna ebizibu.

N'olwekyo, abazadde bulijjo balina okusigala nga batambulira mu mazima ebibi byabwe bireme okugenda ku baana baabwe. Omu ku b'omu nnyumba bwafuna obulwadde obuzibu okuwonyezebwa, balina okwekebera oba tekyava ku bibi byabwe.

Ebibonoobono by'Amayute

Falaawo yalaba okufa kw'amagana g'aba Misiri, n'asindika omuntu agende e Goseni ebeera Abaisraeri. Obutafaananako na kyali mu Bamisiri, tewali wadde ensolo emu ey'abaana ba Isiraeri eyafa e Goseni.

Ne bwe yamala okulaba ku mirimu gya Katonda

egitabuusibwabuusibwa, Falaawo teyakyusaamu.

> *Falaawo n'atuma, laba, mu magana g'Abaisiraeri tewaali newakubadde n'emu efudde. Naye Falaawo omutima ne gukakanyala, n'atabaleka abantu* (Okuva 9:7).

Era ekyavaamu, Katonda n'agamba Musa ne Alooni nti, Musa ayoole evvu ery'omu kyoto, era alimanse waggulu mu maaso ga Falaawo. Era bwe baakola Katonda kye yabagamba, ne gafuka amayute agayulika mu mabwa ku bantu ne ku nsolo.

Ejjute kwe kuzimba n'okwengerera okw'ekitundu ku lususu nga kiva ku buwuka obuba bukutte ku butuli bw'olususu n'ebyo ebirinaanyeewo, nga wakati waalyo wagumu, era nga wavaawo amasira.

Ejjute ebbi ennyo, liyinza n'okwetaaga okulongoosebwa. Agamu ku mayute gazimba ne genkana sentimita 10 mu bugazi. Gazimba ne galeeta omusujja saako obukoowu, era abantu abamu babeera tebasobola kutambula bulungi. Ejjute liruma nnyo.

Amayute gano gaakwata abantu n'ebisolo, era abalogo ne batayinza kuyimirira mu maaso ga Musa olw'amayute.

Bwe wagwawo nsotoka, nsolo zokka ze zaafa. Naye bwe kyatuuka ku mayute, tezaali nsolo zokka wabula n'abantu baalina okubonaabona.

Amakulu Ag'omwoyo Ag'ekibonoobono ky'Amayute

Nsotoka bulwadde bubeera munda, naye amayute wegatuukira kungulu nga ekiri munda kyongedde okwonooneka.

Eky'okulabirako, akatafaali akatono aka kansa kagenda kagejja era ekivaamu, kansa ne yeeraga kungulu. Kye kimu n'okwonooneka kw'omu bwongo oba okusanyalala, endwadde z'omu mawuggwe ne Siriimu.

Endwadde zino zitera okusangibwa mu bantu abatawulira mangu. Kiyinza okubeera ekyenjawulo ku buli muntu, naye bangi ku bo balina obusungu obwettumbiizi, beemanyi, tebasonyiwa balala era beerowoozaako ng'abasinga abalala. Era, balemera ku ndowooza zaabwe zokka ne batawuliriza z'abalala. Kino kibaawo lwakuba tebalina kwagala. Ebibonoobono bijja olw'ensonga zino.

Olumu tuyinza okwewuunya, "Banange ng'alinga omukakamu era ow'empisa, lwaki akwatiddwa obulwadde obw'ekika kino?" Naye wadde omuntu ayinza okulabika ng'owegonjebwa ku ngulu, kiyinza obutaba bwe kityo mu maaso ga Katonda.

Ye yennyini bwabeera nga si mukyamu, awo kiteekwa okuba nga kiva ku bibi eby'amaanyi ebyakolebwa ba jjajjaabe (Okuva 20:5).

Ekibonoobono bwe kijja olw'omuntu owa waka, ekizibu ekyo kijja kuvaawo ng'ab'omu maka ago bonna beenenyereza awamu. Okuyita mu kino, bwe gafuuka amaka amalungi era ag'emirembe, Gufuuka omukisa gye bali.

Katonda yafuga obulamu, okufa, emikisa, n'ebisiraani eby'abantu mu bwenkanya Bwe. Kale, teri kibonoobono oba kizibu kijja awatali nsonga (Eky'amateeka olw'okubiri 28).

Era, abaana bwe babeera babonaabona olw'ebibi by'abazadde baabwe oba ba jjajjaabwe, ensonga enkulu kwe kiva eri ku baana bennyini. Wadde abazadde basinza ebifaananyi, abaana bwe batambulira mu kigambo kya Katonda, Katonda abakuuma, kale ebibonoobono tebijja kubajira.

Okusasulira ebibi bya bajjajjaabwe okusinza ebifaananyi oba okw'abazadde baabwe bikka wansi ku baana kubanga abaana bennyini tebatambulira mu kigambo kya Katonda. Bwe batambulira mu mazima, Katonda omwenkanya abakuuma, kale tewajja kubeera kizibu kyonnas.

Olw'okuba Katonda kwagala, Emmeeme emu agitwala nga ya muwendo nnyo okusinga ensi yonna. Ayagala buli muntu ssekinnoomu okulokolebwa, okutambulira mu mazima, n'okuba omuwanguzi mu bulamu bwe.

Katonda aganya ebibonoobono okutujira si kututwala mu kuzikirira wabula okututwala mu kwenenya ebibi byaffe n'okubivaako okusinziira ku kwagala Kwe.

Ebibonoobono eby'omusaayi, ebikere, n'ensekere bireetebwa emirimu gya Setaani, era bibeera bitonotono. Kale, bwe twenenya era ne tukyusa, bisobola okuwonyezebwa amangu.

Naye ebibonoobono eby'ensowera, nsotoka, n'amayute bisingawo obubi, era bikosa butereevu omubiri gwaffe. N'olwekyo, mu mbeera nga zino, tulina okuyuza omutima gwaffe era ne twenenyeza ddala.

Bwe tuba nga ku bibonoobono bino tulinako ekitusumbuwa, tetulina kunenya muntu mulala yenna. Wabula, tulina okubeera abagezi okwetunulamu nga tusinziira ku kigambo kya Katonda era ne twenenya buli ekibadde tekitambula bulungi mu maaso ga Katonda.

Essuula 5

Ekibonoobono Ky'omuzira N'enzige

Okuva 9:23-10:20

Musa n'agolola omuggo gwe eri eggulu, MUKAMA n'aleeta okubwatuka n'omuzira, omuliro ne gukka ku nsi. MUKAMA n'atonnyesa omuzira ku nsi ey'e Misiri. Awo ne waba omuzira, n'omuliro ne gwaka wakati w'omuzira, omuzito ennyo, ogutabangawo mu nsi yonna ey'e Misiri kasookedde ebeera eggwanga (9:23-24).

Musa n'agolola omuggo ku nsi ey'e Misiri. MUKAMA n'aleeta embuyaga ku nsi ezaava ebuvanjuba ku lunaku luli obudde okuziba n'okukya, bwe bwakya enkya, embuyaga ezaava ebuvanjuba ne zireeta enzige. Enzige ne zirinnya ku nsi yonna ey'e Misiri, ne zigwa mu nsalo zonna ez'e Misiri, zaali nzibu nnyo, edda n'edda tewabanga nzige nga ezo, newakubadde ennyuma waazo tewalibeera nga ezo (10:13-14).

Abazadde abo abagala ennyo abaana baabwe tebajja kulekayo kubakangavvula oba okubakubamu. Kuyaayaana kwa buli muzadde okulung'amya abaana baabwe eri ekkubo ettuufu. Abaana bwe batawulira kukagavvula kw'abazadde baabwe, olumu basobola okukozesa oluga abaana baabwe basobole okujjukira. Naye obulumi mu mutima gw'abazadde bunene nnyo n'okusinga obulumi obulabibwa abaana baabwe bwe babeera bayitamu.

Katonda kwagala olumu agyawo amaaso Ge okuganya ekibonoobono oba ekizibu eri abaana Be abaagalwa basobole okwenenya era bakyuse.

Ekibonoobono Eky'omuzira

Katonda yandibadde atandikirawo okusindika ekibonoobono eky'amaanyi okusobola okugonza Falaawo. Naye Katonda mugumiikiriza; Agumiikiriza okumala ekiseera ekiwanvu. Yalaga amaanyi Ge, era n'alung'amya Falaawo n'abantu be okusobola okukkiririza mu Katonda, ng'atandika n'ebibonoobono ebitono.

Kubanga kaakano nandigolodde omukono gwange, nandikukubye ggwe n'abantu bo ne kawumpuli, wandizikiridde mu nsi. Naye ddala mazima kyenvudde nkuyimiriza okukulaga amaanyi gange ggwe, era erinnya Lyange okubuulirwa mu nsi zonna.

Okutuusa kaakaano weegulumizizza ku bantu bange, obutabaleka? Laba, jjo nga ekiseera kino nditonnyesa omuzira omuzito ennyo, ogutalabikanga mu Misiri kasookedde esooka okubaawo okutuusa kaakano (Okuva 9:15-18).

Ebibonoobono byeyongera okuba eby'amaanyi, naye Falaawo era yeeyongera kwessukulumya ku Baisiraeri nga tabaganya kugenda. Bwatyo, Katonda yaganya ekibonoobono eky'omusanvu, ekibonoobono eky'omuzira.

Katonda yaganya Falaawo okutegeera okuyita mu Musa nti wajja kubaawo omuzira ogw'amaanyi ogutalabikangako mu Misiri okuva lweyatondebwaawo. Era Katonda n'aganya abantu n'ebisolo abali ebweru basobole okwekweka mu mayumba gaabwe. Yabalabulirawo nti omuntu yenna oba ekisolo bwe kinaasigala ebweru, bajja kufa olw'omaanyi g'omuzira.

Abaddu abamu aba Falaawo baatya ekigambo kya MUKAMA era ne bakweka abantu baabwe n'ebisolo mu mayumba. Wabula bangi baali tebaatya kigambo kya Katonda era nga tebafaayo.

Ataakitya ekigambo kya MUKAMA n'abaleka abaddu be n'amagana ge mu ttale (Okuva 9:21).

Olunaku olwaddako, Musa n'agolola omuggo gwe waggulu, era Katonda n'asindika okubwatuka kwe ggulu n'omuzira. Omuliro ne gukka wansi ku nsi. Abantu, ebisolo, emiti n'ebimera byonna mu nnimiro biteekwa okuba nti byayisibwa bubi. Ekibonoobono kino kiteekwa okuba kyali ky'amaanyi!

Naye Okuva 9:31-32 wagamba, *"Obugoogwa ne sayiri ne bikubibwa, kubanga sayiri yali etanula okubala, n'obugoogwa bwali busansudde. Naye eng'ano ne kusemesi tebyakubibwa, kubanga byali nga tebinnamera."* Kale, okwonooneka kwali kwa kitundu.

Ensi y'e Misiri yonna yafiirwa nnyo olw'omuzira ogwajjiramu omuliro, naye tewali na kimu kw'ekyo kyabaawo mu nsi ye Goseni.

Amakulu ag'Omwoyo ag'ekibonoobono ky'Omuzira

Mu mbeera eya bulijjo, omuzira gutera kugwa nga tewali kulabulwa kwonna. Tegutera na kugwa wanene nnyo, gutera kugwa wantu watonotono.

N'olwekyo, ekibonoobono eky'omuzira kabonero akalaga ebintu eby'amaanyi mu kitundu ekimu, naye si mu mbeera zonna.

Waagwawo omuzira ogwalimu omuliro okutta abantu n'ebisolo. Ebimera bingi mu nnimiro byayonooneka, era tewaali mmere. Kino kiba nga obuggagga bw'omuntu okwonoonebwa olw'obunje obugwawo nga tebusuubirwa.

Omuntu ayinza okufiirwa ennyo olw'omuliro oguguddewo ku mulimu gwe oba mu bizinensi ze. Omu ku bantu mu maka g'omuntu ayinza okugwira ekirwadde oba n'afuna akabenje ne kabamalako ensimbi nnyingi.

Eky'okulabirako, kubisaamu omuntu eyali omwesigwa mu Mukama, naye amaanyi gonna n'atandika kugassa mu bizinensi ye n'atandika n'okwosa okugenda ku kanisa. Era ekivaamu eby'okukuuma olunaku lwa Katonda n'abiviirako ddala.

Olwa kino, Katonda tasobola kumukuuma, era bizinensi ye esobola okufuna ekizibu. Ayinza n'okugwa ku kabenje kabadde tasuubira oba okugwiirwa ekirwadde, ekimumalako ensimbi nnyingi. Embeera ey'ekika kino ebeera nga ekibonoobono ky'omuzira.

Abantu abamu obuggagga bwabwe babutwala nga bwa muwendo ng'obulamu bwabwe. Mu 1 Timoseewo 6:10 kigambibwa okwagala kwa sente y'ensibuko y'obubi bwonna. Kiri bwe kityo lwakuba okwagala ennyo sente kiviirako okutta, obubbi, okuwamba, obutabanguko, n'emisango emirala mingi. Olumu, enkolagana wakati w'ab'oluganda eggwaawo lwa sente, era enkaayana zibalukawo mu b'emirirwano lwa sente. Ensonga enkulu ey'obutabanguko wakati w'amawanga kwe kuba ng'abantu banoonya engeri ey'okufunamu, Babeera beenoonyeza ttaka oba eby'obuggagga.

N'abakkiriza abamu tebasobola kuwangula kikemo kya sente, kale tebakuuma lunaku lwa Mukama nga lutukuvu, oba ne batawaayo kimu kya kkumi mu butuufu bwakyo. Olw'okuba tebatambulira mu bulamu bwa Kikristaayo butuufu, bagenda beesuula wala n'obulokozi.

Nga omuzira bwe gw'onoona kumpi emmere yonna, ekibonoobono ky'omuzira kabonero akalaga okufiirwa okw'amaanyi ku buggagga bw'abantu obwo obutwalibwa nti bwa muwendo ng'obulamu bwabwe. Naye, ng'omuzira bwe gugwa mu bitundu, obuggagga bwabwe tebabufiirwa bwonna.

Okuyita mu nsonga eno, tusobola okulaba okwagala kwa Katonda. Bwe tufiirwa obuggagga bwaffe bwonna, buli kimu kye tulina, awo tusobola okuggwaamu amaanyi gonna olumu ne twetta n'okwetta. Eyo yensonga lwaki Katonda asooka ku kwatako kitundu.

Wadde akutteko kitundu, okufiirwa kuba kw'amaanyi era tekuyinza kubuusibwa maaso era nga tusobola n'okulabuka. Naddala, ekibonoobono ekyagwa ku Misiri tebwali butundutundu bwa muzira. Naye gwali mungi, nga n'emisinde kwe gugwiira gyali gy'amaanyi.

Ne leero mu mawulire ebitundu by'omuzira ebinene ng'akapiira ga ggoofu bwe bigwa byewunyisa ensi yonna. Omuzira ogwagwa ku Misiri gwajja olw'omulimu gwa Katonda ogw'enjawulo, era gwagwa n'omuliro. Kyali kyantiisa nnyo!

Ekibonoobono eky'omuzira kyajja gye bali kubanga Falaawo yakung'anya obubi bungi mu ye. Bwe tubeera n'emitima emikakanyavu era egy'empaka, tusobola okusisinkana ekibonoobono kye kimu.

Ekibonoobono ky'Enzige

Emiti n'ebimera byayonoonebwa, era ensolo n'abantu baafa olw'omuzira. Falaawo ekyavaamu n'akkiriza ensobi ye.

Falaawo n'atuma, n'ayita Musa ne Alooni, n'abagamba nti, "Nnyonoonye omulundi guno; MUKAMA Ye Mutuukirivu, nange n'abantu bange tuli babi" (Okuva 9:27).

Falawo yeenenya ng'ayanguyirira era n'asaba Musa akomye omuzira.

Musabe MUKAMA, kubanga okubwatuka okw'amaanyi n'omuzira bimmaze, nange ndibaleka, muleme okulwawo nate (Okuva 9:28).

Musa yamanya nti Falaawo yali tannakyusa mutima gwe, naye okusobola okumumanyisa Katonda omulamu nti era ensi yonna yali mu mikono Gye, yawanika emikono gye waggulu eri eggulu.

Era nga Musa bwe yali akisuubira, enkuba, eggulu okubwatuka, n'omuzira bwe byalekera awo, Falaawo n'akyusa endowooza ye. Kubanga teyakyukira ddala okuva ku ntobo y'omutima gwe, yaddamu n'akakanyaza omutima gwe era n'ataganya Baisiraeri kugenda.

Abaddu ba Falaawo n'abo baakakanyaza omutima gwabwe.

Awo, Musa ne Alooni ne babagamba nti wajja kubaayo ekibonoobono eky'enzige nga Katonda bwe yali agambye, era n'abalabula nti kijja kuba ekimu ku bibonoobono ebisinga obubi ekitabeerangawo mu nsi.

> *Zirisaanikira kungulu ku nsi, ensi ereme okulabika* (Okuva 10:5).

Olwo abaddu ba Falaawo kwe kutya era ne bagamba kabaka nti, *"Leka abantu abo bagende, baweereze MUKAMA Katonda waabwe. Gwe tolaba nga Misiri yonna ezikiriziddwa?"* (Okuva 10:7).

Falaawo bwe yawulira ekigambo ky'abaddu be, Falaawo n'ayita Musa ne Alooni nate. Naye Musa n'agamba nti bajja kugenda n'abaana baabwe abato saako abakulu bonna; ne batabani baabwe saako bawala baabwe, n'amagana gaabwe gonna, kubanga baalina okuwaayo ekijjulo eri MUKAMA. Falaawo n'agamba nti Musa ne Alooni baali bakyamu era n'abagoba bufulume.

Era ekyavaamu, Katonda n'aganya ekibonoobono eky'omunaana, ekibonoobono eky'enzige.

> *MUKAMA n'agamba Musa nti, "Golola omukono gwo ku nsi ey'e Misiri wabe enzige, zirinnye ku nsi ey'e Misiri, zirye buli muddo, ogw'ensi, byonna omuzira bye gwalekawo"* (Okuva 10:12).

Musa n'akola Katonda kye yayogera, Katonda n'aleeta

embuyaga ku nsi ezaava ebuvanjuba olunaku lwonna obudde okuziba n'okukya. Era bwe bwakya enkya, embuyaga ezaava ebuvanjuba ne zireeta enzige. Enzige zaali nnyingi nnyo nti zaaleetawo n'ekizikiza mu nsi. Zaalya ebimera byonna eby'omu Misiri omuzira gwe byali bireseewo, era mu Misiri wonna tewaasigala kintu kya kiragala kyonna.

Nnyonoonye MUKAMA Katonda wammwe, nammwe. Kale kaakano nkwegayiridde, munsonyiwe okwonoona kwange omulundi guno gwokka, mu musabe MUKAMA Katonda wammwe, anziyeko olumbe luno lwokka (Okuva 10:16-17).

Kye yali atya bwe kyatuukirira, Falaawo mu kwanguyirira n'ayita Musa ne Alooni okusaba ekibonoobono kikome.

Musa bwe yagenda n'asaba Katonda, ne wajjawo embuyaga ey'amaanyi ezza ebugwanjuba eyatwala enzige zonna mu Nnyanja Emyufu. Era ne wataba nzige n'emu mu nsi y'e Misiri. Naye ne ku mulundi guno, Falaawo yakakanyaza omutima gwe era Abaisiraeri n'atabaganya kugenda.

Amakulu ag'Omwoyo ag'Ekibonoobono ky'Enzige

Enzige emu kawuka katono bwe kati, naye bwe zijjira mu kibinja, kimalamu amaanyi. Mu kaseera katono bwe kati, Misiri yazikirizibwa enzige.

> *Enzige ne zirinnya ku nsi yonna ey'e Misiri, ne zigwa mu nsalo zonna ez'e Misiri, zaali nzibu nnyo, edda n'edda tewabanga nzige nga ezo, newakubadde ennyuma waazo tewalibeera nga ezo. Kubanga zaasaanikira kungulu ku nsi yonna, ensi n'efuusibwa ekizikiza, ne zirya buli muddo gwonna ogw'ensi n'abibala byonna eby'emiti, omuzira bye gwalekawo. ne watasigala kintu kibisi newakubadde omuti newakubadde omuddo ogw'omu nsuku, mu nsi yonna ey'e Misiri* (Okuva 10:14-15).

N'olwaleero, tusobola okusanga okuzindibwa okw'ekika kino mu Afirika oba mu Buyindi. Enzige zaatambula ne zibuna okutuuka mu kiro mita nga 40 mu bugazi ne kiromita 8 okukka wansi. Enkumi n'enkumi zaazo zajja ng'ekire n'ezirya ebimera byonna; tebyaleka kintu kya kiragala kyonna.

Oluvannyuma lw'ekibonoobono ky'omuzira, waali wakyaliwo ebintu ebisigaddewo. Eng'ano ne Kesemesi byali tebyonooneddwa, kubanga byali tebinnayengera. Era, abaddu ba Falaawo abamu abaatya ekigambo kya Katonda baakweka abaddu baabwe n'ebisolo mu mayumba, era ne batazikirizibwa.

Enzige ziyinza obutalabika nti nnyingi nnyo, naye kye zaakola kyali kibi okusinga ku kibonoono ky'omuzira. Zaalya n'ebyo ebyali bisigaddewo.

N'olwekyo, ekibonoobono ky'enzige kitegeeza ebika

by'ebizibu ebitalina kye bireka mabega, nga kitwala buli kya buggagga omuntu kyalina. Tekyonoona maka gokka, wabula ne ku mirimu saako bizinensi. Ekitali ku kibonoobono kya ky'omuzira ogw'onooneka ekitundu, Naye ekibonoobono ky'enzige kyonoona buli kimu era kitwala emmere yonna. Kwe kugamba, omuntu ajja kuggwerawo ddala mu by'ensimbi.

Eky'okulabirako, olw'obwavu, omuntu afiirwa eby'obusika bye byonna era bwatyo alina okwawukana n'ab'omu maka ge. Omuntu ayinza n'okubonaabona n'obulwadde obutawona era n'afiirwa eby'obuggagga bye byonna. Wayinza okubaawo n'omulala aweza ebbanja eddene olw'okuba abaana be basobezza.

Bwe bagwa mu bibonoobono ebitaggwa, abantu abamu balowooza nti bizze buzzi, naye tewali kibaawo bubeezi mu maaso ga Katonda. Omuntu bwafiirwa ebintu bye oba okulwala, wateekwa okubaawo ensonga.

Kitegeeza ki abakkiriza bwe basisinkana ebizibu eby'ekika kino? Bwe bawulira ekigambo kya Katonda era ne bategeera okwagala kwa Katonda, balina okukuuma ekigambo. Naye bwe bagenda mu maaso n'okutambulira mu bubi ng'abatakkiriza, tebasobola kwewala bibonoobono bino.

Bwe batakitegeera nga Katonda alina obubonero bwalaze emirundi egiwera, Katonda ajja kubagyako amaaso. Kati awo, obulwadde busobola okufuuka nsotoka, oba ebizimba biyinza okuvaayo. Era bwe wanaayitawo ekiseera, bajja kusisinkana ebibonoobono ng'eky'omuzira oba eky'enzige.

Naye abagezi bajja kutegeera nti kwagala kwa Katonda okubaganya okutegeera ensobi zaabwe bwe basisinkana ebizibu ebitonotono. Bajja kwenenya mangu era beewale ebibonoobono eby'amaanyi.

Kino kyali kibaddewo. Waliwo omuntu eyayita mu mbeera enzibu ennyo kubanga lumu yanyiiza nnyo Katonda. Olunaku lumu, olw'omuliro, yatuuka n'aba ne bbanja ddene. Mukyala we n'atasobola kugumiikiriza kwerariikirira kwe yalina olw'abaali babanja era n'agezaako okwetta. Wabula bwe waayitawo ekiseera, baategera Katonda era ne batandika okujja mu kanisa.

Bwe nababudaabuda, baatandika okugondera ekigambo kya Katonda n'okusaba. Ne basanyusa Katonda nga bakole emirimu egy'obwanakyeewa mu kanisa. Olwo, ebizibu byabwe ne bitandika okugenda kimu ku kimu, era nga tabakyalina kubonaabona n'abali babanja. Baasasula ababanja bonna. Baasobola n'okuzimba ekizimbe omukolebwa bizinensi n'okugula ennyumba.

Oluvannyuma ng'ebizibu byabwe byonna biweddewo era ne bafuna n'emikisa, ate bakyusa emitima gyabwe. Baava ku kisa kya Katonda era ne baddamu okufuuka ng'abatakkiriza.

Olunaku lumu, ekizimbe ky'omwami kyagwako oludda olw'amataba agaagwa mu kitundu ekyo. Ate era ne wabaawo n'omuliro, bwatyo n'afiirwa buli kimu. Olw'okuba yali azzeemu okubeera n'ebbanja ddene, bwe batyo baddayo mu kyalo. Yafuna n'ekirwadde kya sukaali saako ebizibu ebijjira ku sukaali.

Nga mu mbeera eno, bwe tuba nga tewali kye tulekeddwa nakyo oluvannyuma lw'okugezaako buli kimu n'amagezi gaffe n'ekigaana, Tulina okugenda mu maaso ga Katonda n'omutima omuwombeefu. Bwe twetunulamu nga tukozesa ekigambo kya Katonda, ne twenenya olw'ebibi byaffe, era ne tukyusa, ebintu byonna ebyaggwawo bijja kuddawo.

Bwe tuba n'okukkiriza ne tujja mu maaso ga Katonda era ensonga zonna ne tuzimukwasa, Katonda kwagala takutula lumuli lumenyese, wabula ajja kusonyiwa era atuzeewo. Bwe tukyuka ne tutambulira mu kitangaala, Katonda ajja kutulung'amya eri okukulaakulana nate era atuwe emikisa egy'amaanyi.

Essuula 6

Ebibonoobono By'ekizikiza N'okufa Kw'abaana Ababereberye

Okuva 10:22-12:36

Musa n'agolola omukono gwe eri eggulu, ekizikiza ekikutte ne kiba mu nsi yonna ey'e Misiri ennaku ssatu. Tebaalabagana, newakubadde omuntu yenna teyagolokoka mu kifo kye ennaku ssatu, naye abaana ba Isiraeri bonna baalina omusana mu nju zaabwe (10:22-23). Awo olwatuuka mu ttumbi MUKAMA n'akuba abaana ababereberye bonna ab'omu nsi eye Misiri okuva ku mubereberye wa Falaawo eyatuula ku ntebe ey'obwakabaka okutuuka ku mubereberye ow'omusibe eyali mu kkomera, n'embereberye zonna ez'ebisibo. Falawo n'agolokoka ekiro, ye n'abaddu be bonna n'Abamisiri bonna, ne waba okukaaba okunene mu Misiri, kubanga tewaali nnyumba etaafaamu muntu (12:29-30).

Mu Baibuli tusobola okukizuula nti abantu bangi bwe basisinkana ebizibu beenenya mu maaso ga Katonda era ne bafuna obuyambi Bwe.

Katonda yasindika nnabbi we eri Kabaka Kezekiya ow'obwakabaka bwa Yuda n'agamba nti, "Ojja kufa era tolibeera mulamu." Naye kabaka yasaba nga bwakaaba, era obulamu bwe bwayongezebwaayo.

Nineevi ekibuga ekikulu ekya Asiliya, Ensi eyali eyigganya ennyo Isiraeri. Abantu baayo bwe baawulira ekigambo kya Katonda okuyita mu Nnabbi We, Nebeenenyeza ddala ebibi byabwe era ne batazikirizibwa.

Mu ngeri y'emu, Katonda awa okusaasira Kwe abo abakyuka. Anoonya abo abanoonya ekisa Kye era n'abawa ekisa ekisingawo.

Falaawo yabonaabona n'ebibonoobono bingi olw'obubi bwe, naye teyakyuka okutuuka ku nkomerero. Gye yakoma okukakanyaza omutima gwe, n'ebibonoobono gye byakoma okweyongera.

Ekibonoobono eky'Enzikiza

Abantu abamu bagamba nti tebasobola kusigala nga balamu bwe bawangulwa. Bakkiririza mu maanyi gaabwe bo. Falaawo yali muntu ow'ekika kino. Yeetwalanga katonda, era eyo yensonga lwaki yali tayagala kukkiririza mu Katonda.

Ne bwe yalaba nga ensi ya Misiri yonna ezikiriziddwa, teyaganya ba Isiraeri kugenda. Yali yeeyisa mu ngeri ewakana ne

Katonda. Awo, Katonda n'aganya ekibonoobono eky'enzikiza.

Musa n'agolola omukono gwe eri eggulu, ekizikiza ekikutte ne kiba mu nsi yonna ey'e Misiri ennaku ssatu. Tebaalabagana, newakubadde omuntu yenna teyagolokoka mu kifo kye ennaku ssatu, naye abaana ba Isiraeri bonna baalina omusana mu nju zaabwe (Okuva 10:22-23).

Ekizikiza kyali kikutte nnyo nti omuntu omu yali tasobola kulaba mulala. Tewali n'omu yasituka waali okumala ennaku ssatu. Tuyinza tutya okunnyonyola obungi bw'okutya n'obutatereera bye baalimu okumala ennaku ssatu?

Ekizikiza ekikutte kyakwata ensi ya Misiri yonna era abantu baatambulira mu nzikiza okuma ennaku ssatu, naye ate mwattu mu nsi ye Goseni abaana ba Isiraeri baalina omusana mu nju zaabwe.

Falaawo n'ayita Musa n'amugamba nti ajja kuganya Abaisiraeri okugenda. Naye, n'agamba Musa nti balina okuleka ebisibo byabwe, batwale bawala baabwe ne batabani baabwe bokka. Ddala kyali kigendererwa kye okusigaza Abaisiraeri.

Naye Musa n'amugamba nti baali balina okubeera n'ebisolo eby'okuwaayo eri Katonda nga ssaddaaka, era nti baali tebasobola kuleka nsolo yonna mabega kubanga baali tebasobola kumanya eriwa ey'okuwaayo nga ssaddaaka eri Katonda bwe baliba batuuseeyo.

Falaawo nanyiiga nate era n'atiisatiisa ne Musa ng'agamba, "Vvawo we ndi, weekuume, oleme okulaba amaaso gange, kubanga ku lunaku lw'olirabiramu amaaso gange, olifa!"
Musa mu buvumu n'addamu nti, "Oyogedde bulungi; Siriraba nate maaso go!" era n'afuluma.

Amakulu Ag'Omwoyo Ag'ekibonoobono ky'Enzikiza

Amakulu ag'omwoyo eg'ekibonoobono ky'enzikiza kye kizikiza eky'omwoyo, era kitegeeza ekibonoobono ekiddirira okufa.

Ye mbeera ng'obulwadde busajjuse tebukyasobola kuwona. Kye kika ky'ekibonoobono ekijjira abo abateenenya ne bwe babeera bafiiriddwa eby'obuggagga byabwe byonna ebiringa obulamu bwabwe.

Okubeera ku mugo gw'entaana kubeera ng'okuyimiririra ku njegoyego y'ekintu mu kizikiza eky'amaanyi era nga tewali ngeri yonna muntu gyasobola kuva mu mbeera eyo enzibu. Mu by'Omwoyo, olw'okuba omuntu abeera amaze okwegaana Katonda era ng'okukkiriza kwe akuviiriddeko ddala, Ekisa kya Katonda kimugibwako, era obulamu bwe obw'omwoyo butuuka ku nkomerero. Naye, Katonda okusaasira Kwe kuba kukyali ku muntu ow'ekika kino era nga tannatwala bulamu bwe.

Bwe kiba ku atakkiriza, omuntu oyo asobola okutuuka mu mbeera eno kubanga abeera tannakiriza Katonda nga wadde agudde mu bizibu bingi. Bwe kiba ku mukkiriza, kibaawo lwakuba tebaakuuma kigambo kya Katonda, wabula ne bagenda nga bongera bubi ku bubi.

Tutera okusanga abantu abatadde ensimbi ennyingi mu bulwadde bwabwe busobole okuwona naye era nga bali ku mugo gw'antaana. Abantu ng'abo b'ebo abakubiddwa ekibonoobono ky'enzikiza.

Batera n'okutabulwa mu bwongo, okubulwa otulo n'ebiringa ebyo. Bawulira nga tebakyalina kye bagasa, era nga bawulira obuzibu okusigala nga bakyali bulamu.

Kyokka bwe bakitegeera, era ne beenenya, ne bakyuka okuva mu bubi bwabwe, okusaasira kwa Katonda kubeera ku bo era n'abaggyako obulumi bw'ekibonoobono.

Naye ye Falaawo, yayongera kukakanyaza mutima gwe n'okuwakanya Katonda okutuuka ku nkomerero. Kye kimu n'olwaleero. Abantu abamu ab'empaka tebajja eri Katonda ne bwe babeera mu kizibu eky'enkana kitya. Bwe balumbibwa endwadde enzibu oba omu ku b'omu maka gaabwe, ne bafiirwa eby'obuggagga byabwe, era ng'obulamu bwabwe buli mu katyabaga, basigala tebagala kwenenya mu maaso ga Katonda.

Bwe tugenda mu maaso n'okuwakanya Katonda ne wakati mu bizibu ebingi, ekivaamu, ekibonoobono ky'okufa kijja kituteekebwako.

Ekibonoobono ky'Okufa kw'abaana Ababereberye

Katonda Yaganya Musa okutegeera ekinaaddako abaana ba Isiraeri basobole okuva e Misiri.

Ekibonoobono kimu nate kye ndimuleetera Falaawo ne Misiri, oluvannyuma alibaleka okuvaamu. bw'alibaleka, mazima alibagobera ddala muno. Yogera kaakaano mu matu g'abantu, basabe buli musajja eri muliraanwa we na buli mukazi eri muliraanwa we ebintu ebya ffeeza n'ebintu ebya zaabu (Okuva 11:1-2).

Musa yali mu mbeera ng'asobola n'okuttibwa bw'addawo mu maaso ga Falaawo, naye yayimirira mu maaso ga Falaawo okumuleetera obubaka bw'okwagala kwa Katonda.

N'ababereberye bonna ab'omu nsi ey'e Misiri balifa, okuva ku mubereberye wa Falaawo atuula ku ntebe ey'obwakabakabaka okutuuka ku mubereberye w'omuzaana ali ennyuma w'olubengo, n'ebibereberye byonna eby'ebisolo. Era walibeera okukaaba okungi mu nsi yonna ey'e Misiri, okutabangawo newakubadde tekulibaawo (Okuva 11:5-6).

Era nga bwe kyayogerebwa, eyo mu matumbi budde, abaana bonna ababereberye atali wa Falaawo yekka n'abaddu be wabula aba buli omu mu Misiri; n'amagana gaabwe gonna ne gafa.

Okukaaba okw'amaanyi ne kujjula Misiri, kubanga tewali maka gataafiirwamu mwana mubereberye. Olw'okuba Falaawo yakakanyaza omutima gwe okutuuka ku nkomerero n'atakyusa, ekibonoobono ky'okufa nakyo ne kimujjira.

Amakulu Ag'omwoyo Ag'ekibonoobono ky'Okufa kw'Abaana Ababereberye

Ekibonoobono eky'okufa kw'abaana ababereberye ky'ogera ku mbeera ng'omuntu yennyini, oba omuntu gw'ayagala ennyo, katugambe omwana we, oba omu ku b'omu maka ge, afudde, oba okutuuka mu mbeera emuzikiririza ddala era nga tasobola kufuna bulokozi.

Ne mu Bayibuli tusobola okusangamu embeera eno. Kabaka wa Isiraeri eyasooka, Sawulo yajeemera ekigambo kya Katonda bwe yamugamba okuzikiriza Abamaleki. Era, yalaga okwemanya kwe nga ye yeeweerayo ssaddaaka so nga bakabona be balina okuwaayo ssaddaaka. Era ekyavaamu, Katonda n'amuvaako.

Mu mbeera ng'eno, mu kifo ky'okutegeera ebibi bye era yeenenye, ate yadda mu kwagala kutta omu ku baweereza be abeesigwa Dawudi. Abantu gye baakoma okwagala Dawudi, gye yayongera kugwa mu bubi ng'alowooza nti Dawudi agenda kumujeemera.

Kale, ne bwe yali amukubira entongooli, Sawulo yakasukira

Dawudi effumu. Era yasindika Dawudi mu lutalo olwali oluzibu okuwangula. Yasindika n'abasirikale eri ennyumba ya Dawudi bamutte.

Era, olw'okuba baayamba Dawudi, yatta bakabona ba Katonda. Bwatyo yagenda ng'ayongera ku bubi bwe. Era ekyavaamu, yawangulwa era n'afa enfa embi. N'omukono gwe gwe nnyini y'etta.

Ye ate kabona Eri ne batabani be? Eri yali kabona mu Isiraeri mu kiseera ky'abalamuzi, era yali wakuteekawo eky'okulabirako ekirungi. Naye batabani be Kofuni ne Finekaasi baali tebalina mugaso gwonna abasajja abaali tebamanyi Katonda (1 Samwiri 2:12).

Olw'okuba taata waabwe yali kabona, n'abo baalina okukola omulimu gw'okuweereza Katonda, naye ssaddaaka za Katonda baaziyisangamu amaaso. Balyanga ku nnyama ya ssaddaaka nga tennaweebwayo eri Katonda, era nga beebaka n'abakazi abaaweerezanga ku mulyango gwa weema abantu webaakung'aniranga.

Abaana bwe bawaba, abazadde balina okubazza mu kkubo ettuufu, bwe batawuliriza, abazadde balina okuteekawo amateeka amakakali okusobola okufuga abaana baabwe. Buno nno bwe buvunaanyizibwa bw'omuzadde n'okwagala okutuufu. Naye kabona Eri yagambanga bugambi, "Naye lwaki mukola ebintu bwe bityo? Nedda mulimba."

Abaana be tebaakyuka kuva mu bibi byabwe, era ebikolimo n'ebigwa ku maka ge. Batabani be bombi battibwa mu lutalo.

Amawulire gano bwe gaamutuukako, Eri nawamattuka mu

ntebe ye n'agwa era ensingo ye n'emenyeka. Era, ne muka mwana we olubuto lwe ne lukyankalana era naye n'amaliriza ng'afudde.

Okulaba obulabi embeera zino, tusobola okukitegeera nti ebikolimo oba enfa embi tebimala gajja awatali nsonga.

Omuntu bw'atambulira mu bulamu obw'obujeemu eri Katonda, ye oba abantu b'omu maka ge basisinkana okufa. Abantu abamu bakomawo eri Katonda nga bamaze kusisinkana kufa okw'ekika ekyo.

Bwe batakyuka nga wadde balabye ekibonoobono ky'okufa kw'abaana ababereberye, tebasobola kulokolebwa lubeerera, era kye kibonoobono ekisingayo obubi. N'olwekyo, ng'ekibonoobono kyonna tekinajja, oba ebibonoobono bwe biba byajja dda, olina okwenenya ebibi byo nga ekiseera tekinayita.

Ye Falaawo, yamala kuyita mu bibonoobono kkumi olwo lwe yakkiririza mu Katonda ng'atya era olwo kwe kuleka abaana ba Isiraeri ne bagenda.

> *Awo [Falaawo] n'ayita Musa ne Alooni ekiro, n'ayogera nti, "Mugolokoke muve mu bantu bange, mmwe era n'abaana ba Isiraeri; mugende, mumuweereze MUKAMA, nga bwe mwayogera. Mutwale endiga era n'ente zammwe, nga bwe mwayogera, mugende, mumpe omukisa nange"* (Okuva 12:31-32).

Okuyita mu Bibonoobono Ekkumi, Falaawo ddala yalaga bulungi nnyo omutima gwe omukakanyavu era yawalirizibwa okuleka abaana ba Isiraeri ne bagenda. Wabula yamala ate ne yejjusa. Era n'addamu okwekyusa. N'atwala eggye lye lyonna n'amagaali g'omu Misiri gonna era n'awondera Abaisiraeri.

N'ateekateeka eggaali lye, n'atwala abantu be wamu naye, N'atwala amagaali lukaaga amalonde, n'amagaali gonna ag'e Misiri n'abaami okubeera ku gonna. MUKAMA n'akakanyaza omutima gwa Falaawo kabaka w'e Misiri n'agoberera abaana ba Isiraeri, kubanga abaana ba Isiraeri baafuluma n'okwewaana (Okuva 14:6-8).

Okufa kw'abaana ababereberye kyali kimumala okugondera Katonda, wabula tewaayita kaseera ne yejjusa okuleka Abaisiraeri ne bagendaa. N'atwala eggye lye n'abagoberera. Okulaba kino, tusobola okulaba engeri omutima gw'omusajja ono bwe gwali omukakanyavu n'engeri gye yalimu omukalabakalaba. Era ekyavaamu, Katonda teyamusonyiwa era yali talina kirala kyasigazza kukola wabula okubaleka okufiira mu mazzi g'Enyanja Emyufu.

MUKAMA n'agamba Musa, Golola omukono gwo ku nnyanja, amazzi gadde ku Bamisiri, ku magaali gaabwe ne ku beebagazi baabwe. Musa n'agololo omukono gwe ku nnyanja, ennyanja n'edda mu maanyi gaayo nga bukedde, Abamisiri ne bagidduka, MUKAMA Abamasiri n'abakunkumulira wakati. Amazzi ne gadda, ne gasaanikira amagaali, n'abeebagazi, era n'eggye lya Falaawo lyonna abaayingira mu nnyanja ennyuma waabwe, tewaasigala n'omu mu bo (Okuva 14:26-28).

N'olwaleero, abantu ababi bajja kusaba okuweebwaayo omukisa bwe babeera mu mbeera enzibu. Naye ate bwe baweebwa omukisa ogwo, nga baddamu okudda mu bubi bwabwe. Obubi bwe bugenda mu maaso mu ngeri eno, bajja kumala basisinkane okufa.

Obulamu Obw'obujeemu n'Obulamu Obw'obuwulize

Waliwo ensonga emu gye tulina okutegeera obulungi; kwe kuba nti bwe twonoona ne tukitegeera, tetulina kwongera bubi ku bubi, naye tutambulire mu kkubo ery'obutuukirivu.

1 Peetero 5:8-9 wagamba, *"Mutamiirukukenga, mutunulenga, omulabe wammwe Setaani atambulatambula, ng'empologoma ewuluguma ng'anoonya gw'anaalya. Oyo mumuziyizenga nga muli banyevu mu kukkiriza kwammwe, nga mumanyi ng'ebibonoobono ebyo bituukirira eri baganda bammwe abali mu nsi."*

1 Yokaana 5:18 n'awo wagamba, *"Tumanyi nga buli muntu*

yenna eyazaalibwa Katonda takola kibi, naye eyazaalibwa Katonda amukuuma, omubi n'atamukomako."

N'olwekyo, bwe tutayonoona naye ne tutambulira mu kigambo kya Katonda mu ngeri etuukiridde, Katonda ajja kutukuuma n'eriiso Lye ejjogi, tebueera nga tetulina kwerariikirira kintu kyonna.

Okutwetooloola, tusobola okulaba abantu nga basisinkana ebibonoobono bingi, kyokka nga tebategeera na lwaki bali mu mbeera ng'eyo. Era, tusobola n'okulaba abakkiriza abamu nga babonaabona n'embeera enzibu.

Abamu basisinkana kibonoobono kya musaayi oba ensekere, abalala bibonoobono bya muzira oba nzige. Abalala ate ne basisinkana bibonoobono bya kufa kw'abaana ababereberye, era, ne basisinkana n'ekibonoobono ky'okumiribwa amazzi.

N'olwekyo, tetulina kutambulira mu bujeemu nga Falaawo wabula obulamu obw'obuwulize, tubeere nga tetusisinkana wadde ekimu ku bibonoobono bino.

Wadde tuli mu mbeera nga tetusobola kwewala kusisinkana kibonoobono kya kufa kw'abaana ababereberye oba ekibonoobono eky'enzikiza, Tusobola okusonyiyibwa bwe twenenya era ne tukyuka okuva mu bubi. Nga eggye ly'aba Misiri bwe lyaziikibwa mu mazzi ge Nnyanja Emyufu, bwe tulwawo ne tutakyusa, kijja kutuuka ekiseera nga tekikyasoboka kukyusa.

Ku Bulamu
Obw'obuwulize

Awo olunaatuukanga, bw'onoonyiikiranga okuwulira eddoboozi lya MUKAMA Katonda wo, okukwatanga ebiragiro bye byonna bye nkulagira leero, okubikolanga, MUKAMA Katonda wo anaakugulumizanga okusinga amawanga gonna agali ku nsi, n'emikisa gino gyonna ginaakujjiranga ginaakutuukangako bw'onoowuliranga eddoboozi lya MUKAMA Katonda wo. Onoobanga n'omukisa mu kibuga, era onoobanga n'omukisa ne mu kyalo. Ekibala ky'omubiri gwo kinaabanga n'omukisa, N'ekibala ky'ettaka lyo, n'ekibala ky'ekisibo kyo, ezzadde ly'ente zo n'abaana b'embuzi zo. Ekibbo kyo kinaaba n'omukisa n'olutiba lwo olw'okugoyeramu. Onoobanga n'omukisa bw'onooyingiranga, era onoobanga n'omukisa bw'onoofulumanga
(Ekyamateeka Olw'okubiri 28:1-6).

Essuula 7

Ekijjulo Eky'okuyitako N'ekkubo Ery'obulokozi

Okuva 12:1-28

MUKAMA n'abagamba Musa ne Alooni mu nsi ey'e Misiri, ng'ayogera nti "Omwezi guno gulibabeerera ogw'olubereberye mu myezi, gulibabeerera omwezi ogw'olubereberye ogw'omwaka. Mugambe ekibiina kyonna ekya Isiraeri, nga mwogera nti, "Ku lunaku olw'ekkumi olw'omwezi guno balyetwalira buli muntu omwana gw'endiga, ng'ennyumba za bajjajja baabwe bwe ziri, omwana gw'endiga buli nnyumba" (1-3).

"Muligutereka okutuusa olunaku olw'ekkumi n'ennya olw'omwezi guno, ekkung'aniro lyonna ery'ekibiina kya Isiraeri baligutta lwaggulo. Era balitwala ku musaayi, baguteeke ku mifuubeeto gyombi ne ku kabuno, mu nnyumba mwe baliguliira. Awo balirya ennyama mu kiro kiri, ng'eyokebwa n'omuliro, n'emigaati egitali mizimbulukuse, baligiriira ku nva ezikaawa. Temugiryangako mbisi newakubadde enfumbe n'amazzi wabula enjokye n'omuliro. omutwe gwayo n'ebigere byayo n'eby'omunda. Nammwe temugirekangawo okutuusa enkya, naye erekebwako okutuusa enkya muli gyokya n'omuliro. Era bwe mutyo bwe muligirya, nga mwesibye ebimyu, n'engatto nga ziri mu bigere byammwe, n'omuggo nga guli mu mukono gwammwe; mugiryanga mangu, eyo kwe kuyitako kwa MUKAMA" (6-11).

Okutuuka lwe batuuka ku ssa lino, Falaawo n'abaddu be baagenda mu maaso n'okutambulira mu bulamu obw'obujeemu eri ekigambo kya Katonda.

Wasooka kubaawo bibonoobono bitono mu nsi y'e Misiri yonna. Naye bwe baagenda mu maaso n'okujeema, endwadde nnyingi zakka ku bo, obuggagga bwabwe ne buggwaawo, era ekyavaamu ne bafiirwa n'obulamu bwabwe.

Kyokka okubawukanako, be bantu ba Katonda abalonde Abaisiraeri, wadde baali mu nsi emu Misiri, bo tebaayita mu bibonoobono bino.

Katonda bwe yakuba obulamu bw'Abamisiri n'ekibonoobono ekyasembayo, Abaisiraeri tebaafiirwa bulamu bwabwe. Kyali bwe kityo lwakuba Katonda yali aganyizza abantu ba Isiraeri okumanya ekkubo ery'obulokozi.

Kino tekituukira ku baana ba Isiraeri enkumi n'enkumi gy'emyaka egiyiseewo bokka, wabula mu ngeri y'emu kisobola okukozesebwa n'olwaleero.

Engeri Y'okwewala Ebibonoobono eby'okufiirwa Abaana Ababereberye

Nga ekibonoobono ky'okufa kw'abaana ababereberye mu Misiri tekinnabaawo, Katonda yabuulira Abaisiraeri engeri y'okwewalamu ekibonoobono kino.

Mugambe ekibiina kyonna ekya Isiraeri, nga

> *mwogera nti, "Ku lunaku olw'ekkumi olw'omwezi guno balyetwalira buli muntu omwana gw'endiga, ng'ennyumba za bajjajja baabwe bwe ziri, omwana gw'endiga buli nnyumba"* (Okuva 12:3).

Okutandika n'ekibonoobono eky'omusaayi okuyita ne mu kibonoobono eky'enzikiza, Wadde abaana ba Isiraeri baali tebalina kye baakoze ku lwabwe, Katonda yabakuuma bukuumi n'amaanyi Ge. Naye ng'ekibonoobono ekisembayo tekinnaba, Katonda yayagala wabeewo ekikolwa eky'obuwulize okuva mu bantu ba Isiraeri.

Kwali okutta buli omu omwana gw'endiga era baddire omusaayi gw'ago baguteeke ku mifuubeeto gyombi ne ku kabuno, mu nnyumba zaabwe, era balye ennyama yaagwo nga njokye ku muliro mu mayumba gaabwe. Kano ke kaali akabonero ak'okwawula abantu ba Katonda, nga Katonda atuusizza okutta abaana ababereberye ab'abantu n'ensolo eby'omu Misiri.

Olw'okuba ekibonoobono kino kyayita ku mayumba agaaliko omusaayi gw'omwa na gw'endiga, Abayudaaya bakyakuza olunaku luno ng'olunaku olw'okuyitako kwa Mukama, olunaku lwe baalokolebwa.

Olwaleero, Olunaku olw'okuyitako lwe lunaku olusinga okukuzibwa mu Bayudaaya. Balya endiga, omugaati ogutali muzimbulukuse n'enva ezikaawa nga bakuza olunaku luno. Ebisingawo bijja kunyonyolebwa mu ssuula 8.

Okutta Endiga

Katonda yabagamba okutta endiga kubanga endiga mu by'omwoyo etegeeza Yesu Kristo.

Okutwaliza awamu, Abo abakkiririza mu Katonda bayitibwa 'ndiga' Ze. Abantu abasinga balowooza nti 'endiga' ye 'mukkiriza-omuggya,' naye mu Bayibuli, tusoblola okukizuula nti 'endiga' babeera b'ogera ku Yesu Kristo.

Mu Yokaana 1:29, Yokaana Omubatiza yagamba, ng'asonga ku Yesu, *"Laba, Omwana gw'endiga gwa Katonda, aggyawo ebibi by'ensi!"* 1 Peetero 1:18-19 wagamba, *"Temwanunulibwa na bintu ebiggwaawo, ffeeza oba zaabu, mu mpisa zammwe ezitaliimu ze mwaweebwa bajjajja mmwe, wabula n'omusaayi ogw'omuwendo omungi, ng'ogw'omwana gw'endiga ogutaliiko bulema newakubadde ebbala, ye Kristo."*

Embala ya Yesu n'ebikolwa bitujjukiza obukakkamu bw'endiga. Matayo 12:19-20 n'awo wagamba, *"Taliyomba, so talireekaana, So tewaliba muntu aliwulira eddoboozi lye mu nguudo. Olumuli olwatifu talirumenya, so n'enfuuzi ezinyooka talizizikiza. Okutuusa lw'alisindika omusango okuwangula."*

Nga endiga bw'ewulira ddoboozi lya mukama waayo lyokka era gw'egoberera, Yesu yagondanga na 'Ye ssebo' saako 'Amiina' mu maaso ga Katonda (Okubikkulirwa 3:14). Okutuusa lwa yafa ku musaalaba, Yayagalanga okutuukiriza okwagala kwa Katonda (Lukka 22:42).

Endiga egibwako ebyoya ebiweweevu obulungi, amata

agalimu ekiriisa eky'amaanyi ennyo ne nnyama. Mu ngeri y'emu, Yesu naye yaweebwayo ng'ekiweebwayo ekitangirira okusobola okutukomyawo eri Katonda ng'ayiwa amazzi Ge gonna n'omusaayi Gwe ku musaalaba.

N'olwekyo buli kitundu kya Bayibuli kyonna Yesu kimufaananya ne ndiga. Katonda bwe yalagira Abaisiraeri engeri y'okweyisaamu mu biseera by'okuyitako, Era Yabalagira n'engeri y'okulyamu endiga mu bujjuvu.

Era ennyumba bw'ebanga entono nga teemaleewo mwana gw'endiga, kale abeere ne muliraanwa we ali okumpi n'ennyumba ye bamutwale ng'omuwendo gw'emyoyo gy'abantu bwe guli, buli muntu nga bw'alya, mulibalibwa ku mwana gw'endiga. 'Omwana gw'endiga gwammwe tegulibaako bulema, omusajja, ogwakamala omwaka, muliguggya mu ndiga oba mu mbuzi (Okuva 12:4-5).

Abaavu ennyo, oba abatono mu maka gaabwe abatasobola kumalawo omwana gw'endiga, baali basobola okugabana omwana gw'endiga nga baguggya mu ndiga oba embuzi, era ne bagabanira wamu omwana gw'endiga ogwo ogumu n'ab'omuliraanwo. Tusobola okuwulira muli okwagala okungi ennyo okwa Katonda oyo ajjudde okusaasira.

Ensonga lwaki Katonda yabagamba omwana gw'endiga ogutaliiko bulemu, nga musajja era nga gwa kamala omwaka, lwakuba ennyama yaagwo yesinga okuwooma era mu kiseera kino kubanga ebeera tenneegatta. Era, mu bantu, kye kiseera ky'obuvubuka, webabeerera abalungi ennyo ate nga bayonjo.

Olw'okuba Katonda mutukuvu era talina bbala lyonna wadde olufunyiro, Yabagamba endiga eri mu bbanga erisingayo obulungi gye babeera batta, omwana gw'endiga ogw'omwaka ogumu.

Okusiiga Omusaayi Gw'agwo era Temufulumanga okutuusa Enkya

Katonda yabagamba nti balina okulya omwana gw'endiga okusinziira ku muwendo gw'ab'omu maka gaabwe. Mu Kuva 12:6 tusanga nga ba bagamba nti tebaalina kuttirawo mwana gwa ndiga guno, wabula bagukuumire ennaku nnya, era baali bakugutta lwa ggulo. Katonda yabawa ekiseera okukyetegekera n'amazima gonna ag'omu mitima gyabwe.

Lwaki Katonda yabagamba nti balina kugutta lwaggulo?

Okuteekateeka abantu, okwatandikira ku kujeema kwa Adamu, kusobola okwawuzibwaamu emirundi esatu. Okuva ku Adamu okutuuka ku Ibulayimu giringa emyaka 2000, era ng'ekiseera kino lye ddaala erisooka mu kuteekateeka abantu. bwe tuba tuligeraageranya n'olunaku lumu, bubeera bwa ku makya.

Oluvannyuma lw'ekyo, Katonda n'alonda Ibulayimu okubeera taata w'okukkiriza, era okuva mu kiseera kya Ibulayimu n'okutuuka Yesu weyajjira ku nsi kuno, n'agyo giringa emyaka 2000. Kati buno bulinga bwa misana.

Okuva mu kiseera Yesu we yajjira ku nsi kuno okutuuka leero, n'agyo giringa emyaka 2000. Eno yenkomerero y'okuteekateeka abantu era nga lwe lw'eggulo lw'olunaku (1 Yokaana 2:18; Yuda 1:18; Abaebbulaniya 1:2; 1 Peetero 1:5; 20).

Ekiseera Yesu we yajjira ku nsi kuno era n'atununula mu bibi byaffe okuyita mu kuffa Kwe ku lwaffe ku musaalaba by'ebiseera eby'oluvannyuma mu kuteekateeka abantu, era eyo yensonga lwaki Katonda abagamba okutta omwana gw'endiga olw'eggulo so si misana.

Awo, abantu baalina okusiiga omusaayi gw'omwana gw'endiga ku mifuubeeto gyombi ne ku kabuno (Okuva 12:7). Omusaayi gw'omwana gw'endiga mu by'omwoyo gutegeeza omusaayi gwa Yesu Kristo. Katonda yabalagira okusiiga omusaayi ku mifuubeeto gyombi ne ku kabuno eby'amayumba gaabwe kubanga tulokolebwa lwa musaayi gwa Yesu. Ng'ayiwa omusaayi Gwe n'okufa ku musaalaba, Yesu yatununula mu bibi byaffe era n'alokola obulamu bwaffe; gano ge makulu ag'omwoyo agakirimu.

Olw'okuba gwali musaayi mutukuvu ogwatununula okuva mu bibi, baali tebalina kusiiga musaayi ku madaala oba mu mulyango abantu we balinnya, wabula ku mifuubeeto ne ku kabuno byokka.

Yesu yagamba, *"Nze mulyango; omuntu bw'ayingirira mu nze*

alirokoka, aliyingira, alifuluma, aliraba eddundiro" (Yokaana 10:9). Nga bwe kyayogerebwa, mu kiro abaana ababereberye mwe baafiira, amaka gonna agataalina musaayi, gaalimu okufa, naye ago amaka agaasiiga omusaayi gaawona okufa.

Wabula wadde baali basize omusaayi gw'omwana gw'endiga, singa baafuluma ennyumba, baali tebajja kulokolebwa (Okuva 12:22). Singa baafuluma oluggi, bandibadde nga abeegaanyi endagaano yaabwe ne Katonda, kale baalina okusisinkana okufa kw'abaana ababereberye.

Mu By'omwoyo, ebweru w'ennyumba kabonero akalaga ekizikiza ekitakwatagana na Katonda. Ye ensi etaliimu mazima. Mu ngeri y'emu, n'olwaleero, ne bwetuba tukkirizza Mukama, tetusobola kulokolebwa bwe tumuvaako.

Mwokye Omwana gw'Endiga era Mugulye nga Mulamba

Waaliyo okufa mu maka g'Abamisiri, era okukaaba kwali kw'amaanyi. Okuviira ddala ku Falaawo, eyali tatya Katonda wadde nga yali alabye emirimu gya Katonda egy'amaanyi mingi nga giragibwa wakati mu Bamisiri bonna, emiranga egy'amaanyi gy'awulirwa eyo mu matumbi budde.

Kyokka wadde bwe kityo bwe kyali, Abaisiraeri tebaafuluma bweru okutuuka enkya, Baasigala munda nga bwe beerira omwana gw'endiga nga ekigambo kya Katonda bwe kyali. Olwo nsonga ki eyabaliisa ennyama y'omwana gw'endiga ekiro mu ttumbi? Kino kirimu amakulu ag'omwoyo amakusike.

Nga Adamu tannalya ku muti ogw'okumanya obulungi n'obubi, Yabeera nga wansi wa buyinza bwa Katonda ng'ono Ye kitangaala, naye olw'okuba yajeema n'alya ku muti, yafuuka omuddu w'ekibi. Olwa kino, ezzadde lye lyonna, abantu bonna, ne bajja okubeera wansi w'obuyinza bw'omulabe Setaani, era ng'ono ye mufuzi w'ekizikiza. N'olwekyo, ensi eno yakizikiza oba ya kiro.

Nga Abaisiraeri bwe baalina okulya omwana gw'endiga ekiro mu ttumbi, ffe abalamu mu mwoyo so nga tubeera mu nsi ey'ekizikiza tulina okulya ennyama y'Omwana w'Omuntu, nga kino kye kigambo kya Katonda nga ye Kitangaala, n'okunywa omusaayi Gwe, tusobole okufuna obulokozi. Katonda yabuulira mu bujjuvu engeri y'okulyamu omwana gw'endiga. Baalina okugirya n'omugaati ogutaliimu kizimbulukusa n'enva ezikaawa (Okuva 12:8).

Ekizimbulukusa kye kirungo ekikozesebwa okukola emigaati, era kijongerako okuwooma n'okuba emigonvu. Omugaati ogutaliimu kizimbulukusa teguwooma nnyo ng'ogwo ogulimu ekizimbulukusa.

Olw'okuba embeera yali yakanaayokya ani okuba omulamu oba okufa, Katonda yabaganya okulya omwana gw'endiga n'omugaati ogwali teguwooma nnyo saako enva ezikaawa basobole okujjukira olunaku luno.

Era, ekizimbulukusa kitegeeza obubi n'ebibi mu makulu

ag'omwoyo. N'olwekyo, 'okulya omugaati ogutaliimu kizimbulukusa' kabonera akalaga nti tulina okweggyamu ebibi n'obubi tusobole okufuna obulokozi.

Era Katonda yabalagira okwokya omwana gw'endiga ku muliro, obutagulya nga mubisi nga mufumbe mu mazzi, era nga baali baakugulya bagumalewo, n'Omutwe ebigere n'ebyenda (Okuva 12:9).

Wano, 'okugulya omubisi' kitegeeza okuvunula ekigambo kya Katonda eky'omuwendo ku ngulu.

Eky'okulabirako, Matayo 6:6 wagamba, *"Naye ggwe, bw'osabanga, yingiranga mu kisenge munda, omalenga okuggalawo oluggi, olyoke osabe Kitaawo alaba mu kyama, alikuwa empeera."* Bwe tukivvunula mu makulu ag'okungulu, tubeera tugenda mu kamu ku busenge obw'omu nnyumba, tuggalewo oluggi, olwo tulyoke tusabe. Naye tewali wantu wonna mu Bayibuli wetusangira omusajja wa Katonda ng'asabira munda mu kasenge akekusifu ng'agaddewo n'omulyango gwe.

Mu by'omwoyo, 'okugenda mu kasenge ak'omunda okusobola okusaba kitegeeza nti tetulina kubeera na birowoozo birala byonna bwe tuba tusaba, wabula tusabe n'omutima gwaffe gwonna.

Bwe tulya ennyama embisi, tuyinza okufuna endwadde eziva ku buwuka obuli mu nnyama embisi oba olubuto okutuluma. Bwe tuvvunula ekigambo kya Katonda ku ngulu, tutandika okutegeera ebintu obubi ekiyinza okutusuula mu bizibu. Era, tetusobola na kuba na kukkiriza kwa mwoyo, n'ekituleeta n'okuba ewala n'obulokozi.

'Okugufumba mu mazzi' kitegeeza 'okuteeka amagezi gaffe, oba okukozesa sayansi, eby'obusawo, oba endowooza zaffe mu kigambo kya Katonda.' Bwe tutokosa ennyama mu mazzi, omubisi gw'ennyama gujja kukendeera era ekiriisa kingi tujja kukifiirwa, mu ngeri y'emu bwe tugatta amagezi g'ensi eno mu kigambo eky'amazima, tusobola okubeera n'okukkiriza naye nga kumanye bumanyi, so tetusobola na kuba na kukkiriza kwa mwoyo. N'olwekyo, ne kitatutwala eri bulokozi.

Olwo, kitegeeza ki okwokya omwana gw'endiga ku muliro? Wano, 'omuliro' kitegeeza 'omuliro ogw'Omwoyo Omutukuvu.' Kwe kugamba, ekigambo kya Katonda kyawandiikibwa mu kulung'amizibwa kw'omwoyo Omutukuvu, n'olwekyo, bwe tukiwulira n'okukisoma, tulina okukikolera mu bujjuvu bw'okubeerawo n'okulung'amizibwa okw'Omwoyo Omutukuvu. Ekitali ekyo, gajja kubeera magezi bugezi, era tetusobola ku kifuna nga mmere ya mwoyo.

Ffe okusobola okulya ekigambo kya Katonda nga kyokeddwa ku muliro, Tulina okusaba ennyo. Okusaba kulinga buto, era eringa y'ensulo etuwa obujjuvu bw'Omwoyo Omutukuvu. Bwe tutwala ekigambo kya Katonda n'okulung'amizibwa Omwoyo Omutukuvu, ekigambo kijja kuwooma okusinga omubisi gw'enjuki. Kitegeeza nti tuwuliriza ekigambo n'omutima ogulina ennyonta nga engabi bw'enoonya omugga omuli amazzi. N'olwekyo, tubeera tuwulira nti ekiseera kye tumala nga tuwulira ekigambo kya Katonda kibeera kya muwendo nnyo, era tetuyinza kukikoowa.

Bwe tuwuliriza ekigambo kya Katonda, bwe tukozesa ebirowoozo by'abantu, oba obumanyirivu bwaffe n'okumaya, tuyinza obutategeera ebintu bingi.

Eky'okulabirako, Katonda atugamba, omuntu yenna bwatukuba ku ttama erimu, tumukyusize ne ddala, era omuntu bwakusaba ekanzu, muweereko n'ekkooti, omuntu bwatukaka okumuwerekerako mayiro emu, muwerekereko mayiro bbiri. Kyokka, abantu bangi balowooza nti ekituufu kwandibadde kuwoolera ggwanga, naye Katonda atugamba okwagala n'abalabe baffe, twetowaaze, era tuweereze abalala (Matayo 5:39-44).

Eyo yensonga lwaki tulina okumenyaamenya ebirowoozo byaffe byonna era tutwale ekigambo kya Katonda mu kulung'amizibwa okw'Omwoyo Omutukuvu yekka. Olwo nno ekigambo kya Katonda kijja kufuuka obulamu bwaffe n'amaanyi gaffe, tube nga tusobola okweggyako agatali mazima era tulung'amizibwe eri ekkubo ery'obulamu obutaggwaawo.

Okutwaliza awamu, ddala ennyama enjokye ku muliro ewooma nnyo, era y'emu ku ngeri y'okwewalamu obuwuka. Mu ngeri y'emu, omulabe Setaani tasobola kukola ku bantu abatwala ekigambo kya Katonda mu ngeri ey'omwoyo nga bakkiriza muli nti kiwooma okusinga ku mubisi gw'enjuki.

Era, Yabagamba balye n'omutwe, ebigere by'agwo, n'ebyenda. Kino kitegeeza nti tulina okusoma ebitabo byonna 66 ebya

Baibuli, nga tetulina kye tubuukamu. Bayibuli erimu ensibuko y'okutondebwa n'ekigendererwa ky'okuteekateeka abantu. Era, erimu engeri z'okufuukamu abaana ba Katonda abatuufu. Mulimu ekigendererwa ky'obulokozi ekyakwekebwa ng'ebiro tebinnabaawo. Bayibuli era erimu okwagala kwa Katonda.

N'olwekyo, 'okulya omutwe, amagulu, n'ebyenda kitegeeza nti Bayibuli tulina okugisoma mu bujjuvu bwayo nga tutandika n'Olubereberye okutuuka ku Kubikkulirwa.

Temugirekangawo Okutuusa Enkya, Mugirye mu bwangu

Abaana ba Isiraeri baalya omwana gw'endiga nga bagwokyezza ku muliro mu mayumba gaabwe, era tebaalekawo nnyama yonna okutuuka ku makya, kubanga mu Kuva 12:10 wagamba, *"Nammwe temugirekangawo okutuusa enkya, naye erekebwako okutuusa enkya, muligyokya n'omuliro."*

'Enkya' kye kiseera ng'enzikiza evuddewo ne wajja ekitangaala. Mu by'Omwoyo, kitegeeza ekiseera ky'okudda kwa Mukama okw'omulundi ogw'okubiri. Ng'amaze okudda, tetusobola kutegeka mafuta gaffe (Matayo 25:1-13), n'olwekyo, tulina okutwala ekigambo kya Katonda nga kikulu nnyo era tukitambuliremu nga Mukama tannadda.

Era, abantu babeera balamu okumala emyaka 70 oba 80, ate tetumanyi bulamu bwaffe lwe bulikoma. N'olwekyo, tulina okunyiikira okutwala ekigambo kya Katonda nga kikulu ekiseera kyonna.

Abantu ba Isiraeri baalina okuva mu Misiri oluvannyuma lw'ekibonoobono ky'okufa kw'abaana ababereberye, era eyo yensonga lwaki Katonda yabagamba bagirye mu bwangu.

> *Era bwe mutyo bwe muligirya, nga mwesibye ebimyu, n'engatto nga ziri mu bigere byammwe, n'omuggo nga guli mu mukono gwammwe; mugiryanga mangu, eyo kwe kuyitako kwa MUKAMA* (Okuva 12:11).

Kino kitegeeza nti baali balina okwetegeka okugenda nga bambala engoye mwe banaagendera n'engato. Okwesiba ebimyu n'engato nga ziri mu bigere kitegeeza nti baalina okubeera nga beetegese mu byonna.

Okusobola okufuna obulokozi okuyita mu Yesu Kristo mu nsi eno, eringa Misiri eyali ejjudde obulumi, era oyingire mu bwakabaka obw'omu ggulu, nga yeringa ensi ye Kanani ensuubize, naffe tulina okuba obulindaala buli kiseera era nga twetegese.

Era Katonda n'abagamba okuba n'emiggo gyabwe mu mikono gyabwe, 'omuggo' mu by'omwoyo kabonero akalaga 'okukkiriza.' Bwe tulinyalinya akasozi, bwe tuba n'omuggo kitwanguyira nti tetujja kugwa wansi.

Ensonga lwaki Musa yaweebwa omugga lwakuba Musa yali tannafuna Mwoyo Mutukuvu mu mutima gwe. Katonda y'awa Musa omuggo oguyimirirawo ku lw'okukkiriza mu mwoyo.

Mu ngeri eyo abaana ba Isiraeri basobole okulaba amaanyi ga Katonda okuyita mu muggo ogwali gulabibwa, olwo omulimu gw'okujja abaana ba Isiraeri gusobole okutuukirizibwa.

N'olwaleero, okuyingira mu bwakabaka obutaggwaawo, tulina okuba n'okukkiriza okw'omwoyo. Tusobola okutuuka eri obulokozi nga tumaze kukkiririza mu Mukama Yesu Kristo eyafa ku musaalaba nga talina kibi kyonna ate n'azuukira. Tusobola okulokokera ddala bwe tutambulira mu kigambo kya Katonda nga tulya ennyama ya Mukama n'okunywa omusaayi Gwe.

Era, ekiseera kya Mukama okudda kiri kumpi nnyo. N'olwekyo, tulina okugondera ekigambo kya Katonda era tunyiikire okusaba tusobole okufuuka abawanguzi eri olutalo lw'ekizikiza.

Kale mutwalenga eby'okulwanyisa byonna ebya Katonda, mulyoke muyinzenga okuguma ku lunaku olubi, era bwe mulimala okukola byonna, musobole okuyimirira. Kale muyimirirenga, nga mwesibye mu kiwato kyammwe amazima, era nga mwambadde eky'omukifuba obutuukirivu. Era nga munaanise mu bigere okweteekateeka okw'enjiri ey'emirembe, era ku ebyo byonna nga mukwatiddeko engabo ey'okukkiriza, eneebayinzisanga okuzikiza obusaale bwonna obw'omuliro obw'omubi. Muweebwe ne sseppewo ey'obulokovu, n'ekitala eky'Omwoyo, kye kigambo kya Katonda (Abaefeso 6:13-17).

Essuula 8

Okukomola, N'okulya Omugaati N'okunywa ku kikompe

Okuva 12:43-51

MUKAMA n'abagamba Musa ne Alooni, "Lino lye tteeka ery'okuyitako" (43).

Ataakomolebwenga yenna talyangako (48).

"Walimubeerera etteeka limu enzaalwa n'omugenyi asula mu mmwe" (49).

Awo ku lunaku luli MUKAMA n'alyoka aggya abaana ba Isiraeri mu nsi ey'e Misiri mu ggye lyabwe (51).

Okukuza ekijjulo ky'okuyitako kwa Mukama kukuumiddwa ebbanga erikyasinzeeyo obuwanvu mu nsi yonna, okussuka mu myaka 3,500. Gwe gwali omusingi ogw'okuzimba eggwanga lya Isiraeri.

Okuyitako ye (Pesach) mu lulimi oluyudaaya, era kitegeeza, nga erinnya bwe lyogera, okuyitibwako oba okusonyiwa ekintu. Kitegeeza nti ekisiikiriza eky'okufa kyayita ku nnyumba z'abaisiraeri kubanga emifuubeeto gyombi ne ku kabuno kwali kusiigiddwako omusaayi gw'omwana gw'endiga ekibonoobono ky'okufa kw'abaana ababereberye bwe ky'akka ku Misiri.

Mu Isiraeri, n'olwaleero, bayonja ennyumba yonna era ne baggyamu buli mugaati gwonna ogulina ekizimbulukusa ku lunaku lw'okuyitako. N'abaana abato banoonya mu buli kasonda ne wansi w'ekitanda ne baggyayo wadde kakunkumuka ak'omugaati oba eky'okulya ekirina eng'ano. Era, buli maka gafumba okusinziira ku mateeka g'okuyitako. Ba ssemaka baleeta ekijjulo ky'okuyitako olw'okulujjukira, era ne bajjukira lwe baavu mu nsi y'e Misiri.

"Lwaki tulya Matzo (omugaati ogutaliimu kizimbulukusa) ekiro?"

"Lwaki tulya Maror (enva ezikaawa) ekiro?"

"Lwaki tulya enva zino nga tumaze okuzinnyika mu mazzi-agalimu omunnyo emirundi ebiri? Lwaki tulya eddagala ery'ebikoola wamu (ne jaamu omumyufu, akabonero akalaga obutiba omwakubirwanga bulooka e Misiri)?"

"Lwaki tugalamira nga tulya ekijjulo ky'emmere y'okuyitako?"

Omukulembeze w'omukolo annyonnyola nti ekibaliisa omugaati ogutaliimu kizimbulukusa kubanga baalina okuva mu Misiri mu bwangu. Era, n'anyonyola n'ekibaliisa enva ezikaawa olw'okujjukira obulumi bwe baalimu e Misiri mu buddu, N'okulya emmere ennyikibwa mu mazzi agalimu omunnyo okujjukira amaziga ge baakaba nga bali e Misiri.

Naye kati, olw'okuba bajjajjabwe baateebwa okuva mu buddu, kati emmerebagira bagalamidde okulaga eddembe lye baafuna ne ssanyu omuntu ly'afuna ng'alya tapapa. Era omukulembeze bwayogera ku bibonoobono ekkumi ebyatuuka ku Misiri, buli ow'omu maka gonna abeera n'enviinyo gyatadde mu kamwa buli erinnya ly'ekibonoobono lwe ly'ogera, nga bagiwanduula mu kintu ebbali.

Ekijjulo ky'okuyitako kyabaawo emyaka 3,500 egiyise, naye okuyita mu mmere eriibwa ku Kuyitako, n'abaana ba leero bafuna omukisa okutegeera ku kyabaawo ng'Abaisiraeri bava e Misiri. Abayudaaya ekijjulo kino bakyakirya Katonda kye yateeka enkumi n'enkumi z'emyaka egiyise.

Amaanyi ag'okuba nti Abayudaaya bangi baali basaasaanidde mu mawanga mangi naye ne bakomawo wamu ne bazzaawo ensi yaabwe gava wano.

Ebisaanyizo By'okwetaba mu Kijjulo ky'okuyitako

Ekiro ekibonoobono ky'okufa kw'abaana ababereberye lwe kyajja ku Misiri, Abaisiraeri baawonyezebwa okufa olw'okugondera ekigambo kya Katonda. Wabula okwenyigira mu Kuyitako baalina okutuukiriza obukwakkulizo.

MUKAMA n'abagamba Musa ne Alooni, "Lino lye tteeka ery'okuyitako; munnaggwanga yenna talyangako; naye buli muddu w'omuntu agulibwa n'ebintu, bw'anaamalanga okumukomola, n'alyoka alyako. Omugenyi n'omuwereeza aweebwa empeera tebalyangako. Mu nnyumba emu mw'eneeriirwanga, totwalanga bweru wa nnyumba ku nnyama yaayo, so temumenyanga ggumba lyayo. Ekibiina kyonna ekya Isiraeri balikukwata. Era munnaggwanga bw'anaasulanga ewuwo, ng'ayagala okwekuuma okuyitako eri MUKAMA, abasajja be bonna bakomolebwenga, alyoke asembere akwekuume, anaabeeranga ng'enzaalwa, naye ataakomolebwenga yenna talyangako. Walimubeerera etteeka limu enzaalwa n'omugenyi asula omumwe" (Okuva 12:43-49).

Abo bokka abaali abakomole be baasobola okulya ku mmere y'Okuyitako, kubanga okukomolwa kikulu nnyo ku lw'obulamu, era nga mu by'omwoyo kikwatagana n'ensonga z'okulokolebwa.

Okukomolwa kwe kusalako ekikuta eky'omu maaso ku busajja era nga kikolebwa omwana wa nnaku munaana bukya azaalibwa mu Isiraeri.

Olubereberye 17:9-10 wagamba, *"Katonda n'agamba Ibulayimu nti: 'Naawe, gw'olikwata endagaano yange, ggwe n'ezadde lyo eririddawo okutuusa emirembe gyabwe gyonna. Eno ye ndagaano yange, gye munaakwatanga, eri nze nammwe n'ezzadde lyo eririddawo, buli musajja mummwe anaakomolwanga.'"*

Katonda bwe yawa Ibulayimu taata w'okukkiriza endagaano y'emikisa, Yamugamba akomolenga abaana ab'obulenzi ng'akabonera k'endagaano yaabwe. Abo abaali si bakomole baali tebasobola kufuna mikisa egyo.

Era munaakomolwanga omubiri gw'ekikuta kyammwe, era kanaabanga kabonero ak'endagaano eri Nze nammwe n'ezzadde lyo eririddawo, buli musajja mummwe anaakomolwanga. Era munaakomolwanga omubiri gw'ekikuta kyammwe era kanaabanga kabonero ak'endagaano eri Nze nammwe, Anaamalanga ennaku omunaana anaakomolwanga mu mmwe, buli musajja mu mirembe gyammwe gyonna, anaazaalirwanga mu nnyumba, era n'oyo munnaggwanga yenna gw'anaabaguzanga n'ebintu, atali wa ku zzadde lyammwe. Anaazaalirwanga n'ebintu byo, kibagwanira okumukomolanga n'endagaano

Yange eneebanga mu mubiri gwammwe okuba endagaano eteridiba. n'omusajja atali mukomole atakomolwanga mu mubiri gw'ekikuta kye, obulamu obwo bunaazikirizibwanga mu bantu be, ng'amenye endagaano yange (Olubereberye 17:11-14).

Olwo, lwaki Katonda yabalagira bakomolebwa ku lunaku olw'omunaana?

Omwana bwabeera yakazaalibwa ng'amaze mu lubuto lwa nnyina emyezi mwenda, si kyangu okuba ng'amanyiira ensi empya gyazzeemu kubanga ya njawulo nnyo. Obutafaali bwe bubeera bukyali bunafu nnyo, naye oluvannyuma lwe nnaku musanvu, atandika okumanyiira embeera, kyokka era abeera tannatandika kwekyusa nnyo.

Ekikuta bwe kisalwako mu kiseera kino, obulumi bubeera butonotono, era ekiwundu kijja kukala mangu. Naye omuntu bw'akula, olususu luguma era obulumi bubeera bungi.

Katonda Abaisiraeri yabalagira okukomolwa oluvannyuma lw'ennaku munaana nga bamaze okuzaalibwa, olw'obuyonjo n'okukula obulungi, ate era mu kiseera kye kimu n'akafuula akabonero k'endagaano Ye.

Okukomolwa, Kukwatagana Butereevu n'Obulamu

Okuva 4:24-26 wagamba, *"Awo Bwe baali nga bakyali, mu*

kkubo mu kisulo, MUKAMA n'amusisinkana [Musa] n'ayagala okumutta. Awo Zipola n'atwala ejjinja ly'obwogi, N'asalako ekikuta ky'omwana we, n'akisuula ku bigere bye, n'ayogera nti, 'Oli baze wa musaayi!' N'amuleka. N'alyoka ayogera nti, 'Oli baze wa musaayi! olw'oku Komolebwa."

Lwaki Katonda yali ayagala okutta Musa?

Tusola okukitegeera bwe tutegeera okuzaalibwa n'okukula kwa Musa. Mu kiseera ekyo, okusobola okuzikiriza Isiraeri yonna, ekiragiro kyayita okutta abaana ab'obulenzi bonna Abayudaaya.

Mu kiseera kino, Maama wa Musa yamukweka. Oluvannyuma nga takyasobola kumukweka yamuteeka mu kisero era n'amuteeka ku mabbali g'ennyanja. Olw'ekigendererwa kya Katonda, yalabibwa omumbejja wa Misiri era bwatyo n'afuuka omulangira ng'omwana omumbejja gwakuzizza. Eyo yensonga lwaki yali mu mbeera etaamusobozesa kukomolwa.

Wadde yayitibwa okuggya abaana ba Isiraeri mu Misiri, yali tannakomolwa. Eyo yensonga lwaki malayika wa Katonda yali ayagala okumutta. Mu ngeri y'emu, okukomolwa kikwatagana buterevu n'obulamu; omuntu bw'aba si mukomole, Katonda talina kyamwetaaza.

Abaebbulaniya 10:1 wagamba, *"Kubanga amateeka bwe galina ekisiikirize eky'ebirungi ebyali bigenda okujja, so si kifaananyi kyennyini eky'ebigambo,"* era wano etteeka liyimirirawo olw'e, Ndagaano Enkadde, era 'ebintu ebyali bigenda okujja' ye Ndagaano Empya, kwe kugamba Amawulire Amalungi agajja okuyita mu Yesu Kristo.

Ekisiikirize n'ekifaananyi ekyasookawo kye kimu, era tebiyinza kubeera nga byawuddwa. N'olwekyo, etteeka lya Katonda ku kukomolwa mu biseera by'Endagaano Enkadde, eryalagiranga nti balina okusalibwako okubeera mu bantu ba Katonda singa babeera tebakomoleddwa, era likyatutuukirako mu ngeri y'emu ne leero.

Naye leero, ekitali ku Ndagaano Enkadde, tetulina kuyita mu kusalibwa okw'omubiri okw'ekiriba wabula okukomolwa okw'omwoyo, nga kuno kwe kukomola omutima.

Okukomola Omubiri n'Okukomola Omutima

Abaruumi 2:28-29 wagamba, *"Kubanga Omuyudaaya ow'okungulu si ye Muyudaaya, so n'okukomolebwa kw'omubiri okw'okungulu si kwe kukomolebwa, naye omuyudaaya ow'omunda ye Muyudaaya n'okukomola kwe kwe kw'omutima mu mwoyo, si mu nnukuta, atatenderezebwa bantu, wabula Katonda."* Okukomolebwa okw'omubiri okw'okungulu kisiikirize, era ekifaananyi ekyasookawo mu Ndagaano Empya kwe kukomola omutima, era kino kye kituwa obulokozi.

Mu biseera by'Endagaano Enkadde, tebaafuna Mwoyo Mutukuvu, era baali tebasobola kweggyako gatali mazima okuva mu mitima gyabwe. N'olwekyo, engeri yokka gye baalaganga nti bantu ba Katonda kwe kukomolebwa okw'okungulu. Naye mu biseera by'Endagaano Empya, bwe tukkiriza Yesu Kristo, Omwoyo Omutukuvu ajja mu mitima gyaffe, era Omwoyo Omutukuvu atuyamba okutambulira mu mazima tusobole okweggyako agatali mazima ag'omu mitima.

Okukomola omutima gwaffe mu ngeri eno kwe kugoberera amateeka ag'omu Ndagaano Enkadde ag'okukomola omubiri. Era y'engeri y'okujjukira olunaku olw'okuyitako.

Mwekomole eri MUKAMA, mugyewo ebikuta eby'emitima gyammwe (Yeremiya 4:4).

Kitegeeza ki okuggyawo ebikuta eby'emitima? Kwe kukuuma ebigambo bya Katonda byonna ebitugamba okukolanga, obutakolanga, okukuumanga, oba okweggyako ebintu ebimu.

Nga tetukola bintu Katonda byatugaana okukola nga "tokyawanga, tosaliranga muntu musango oba okukolokota omuntu, obutabba, n'obutayenda." Era tulina okusuula eri n'okukuumanga ebyo Byatugamba okusuula n'okukuumanga, gamba nga "Okusuula eri obubi bwonna, okukuumanga olunaku olwa Sabbiiti, okukuumanga amateeka ga Katonda."

Era, nga tukola ebyo byatugamba okukola nga "Okubuulira enjiri, okusabanga, okusonyiwa, okwagala, n'ebirala bingi." Nga tukola ekyo, tugoba buli agatali mazima, obubi, obutali butuukirivu, obujeemu, n'enzikiza okuva mu mutima gwaffe okugufuula omuyonjo, olwo tugujjuze amazima.

Okukomola kw'Omutima n'Obulokozi Obutuukiridde

Mu kiseera kya Musa, ekijjulo eky'okuyitako kyateekebwaawo abaana ba Isiraeri bawone okufiirwa abaana ababereberye nga tebanava mu Misiri. N'olwekyo, tekitegeeza nti omuntu ajja kulokolebwa olubeerera olw'okuba yeetaba mu kijjulo eky'okuyitako.

Singa baalokolebwa olubeerera olw'okwetaba mu Kuyitako, awo nno Abaisiraeri bonna nga bwe baava mu Misiri bwe bandituuse mu nsi ekulukuta n'omubisi n'amata, ensi ye Kanani.

Naye nga ekyabaawo mu bantu abakulu, ng'ogyeeko Yoswa ne Kalebu, abaali bassuka emyaka 20 webaaviira mu Misiri, bonna tebaalaga kukkiriza n'ebikolwa eby'obuwulize. Era gwe gwali omulembe ogwali mu ddungu okumala emyaka amakumi ana era eyo gye baafiira, nga tebalabye ensi ey'omukisa Kanani.

Kye kimu ne leero. Ne bwetuba nga tukkirizza Yesu Kristo, era ne tufuuka abaana ba Katonda, kiba tekiweddeyo era nga tekitukakatako olubeerera. Kitegeeza butegeeza nti tuyingidde mu bulokozi.

N'olwekyo, nga emyaka amakumi ana egy'okugezesebwa bwe gyali gyetaagisa mu Baisiraeri balyoke batuuke mu nsi ye Kanani, okusobola okufuna obulokozi obw'olubeerera twetaaga okuyita mu mitendera nga tukomolebwa n'ekigambo kya Katonda.

Bwe tukkiriza Yesu Kristo ng'Omulokozi Waffe, tufuna Omwoyo Omutukuvu. Wabula, 'okufuna Omwoyo Omutukuvu' tekitegeeza nti omutima gwaffe gujja kuba gumaze okuba omuyonjo. Tulina okugenda mu maaso nga tukomola emitima gyaffe okutuuka lwe tutuuka mu bulokozi obutuukiridde. Okujjako nga tukuumye emitima gyaffe, nga y'ensulo ey'obulamu, okuyita mu kukomola omutima, lwe tujja okutuuka mu bulokozi obutuukiridde.

Obukulu bw'Okukomola Omutima

Okuggyako nga twenaazizzaako ebibi byaffe byonna n'obubi n'ekigambo kya Katonda era ne tubusala n'ekitala eky'Omwoyo Omutukuvu, lwe tusobola okufuuka abaana ba Katonda abatukuvu era ne tutambulira mu bulamu obutaliimu bibonoobono.

Ensonga endala lwaki tulina okukomola emitima gyaffe kwe kufuuka abawanguzi mu lutalo olw'omwoyo. Wadde tezirabika, waliwo entalo ezitiisa era ezitaggwa wakati w'omwoyo ogw'obulungi nga guno guva eri Katonda n'emyoyo emibi.

Abaefeso 6:12 wagamba, *"Kubanga tetumeggana na musaayi na mubiri, wabula n'abaamasaza, n'ab'obuyinza, n'abafuga ensi ab'omu kizikiza kino, n'emyoyo egy'obubi mu bifo ebya waggulu."*

Okuvaayo ng'omuwanguzi mu lutalo luno olw'omwoyo, ddala twetaaga emitima emiyonjo. Kiri bwe kityo lwakuba mu nsi ey'omwoyo, amaanyi gali mu butaba na kibi. Eyo yensonga lwaki ayagala okukomolebwa kw'emitima gyaffe era Yatugamba emirundi mingi obukulu bw'okukomola emitima.

Abaagalwa omutima bwe gutasalira kutusinga, tuba n'obugumu eri Katonda. era buli kye tusaba akituwa, kubanga tukwata ebiragiro Bye era tukola ebisiimibwa mu maaso Ge (1 Yokaana 3:21-22).

Ffe okusobola okufuna okuddibwamu eri ebizibu by'obulamu bwaffe gamba nga endwadde n'obwavu, tulina okukomola emitima gyaffe. Okujjako nga tulina emitima emiyonjo, lwe tujja okubeera abagumu eri Katonda era tufune buli kimu kye tusaba.

Okuyitako n'Okunywa Omusaayi n'omubiri gwa Mukama

Mu ngeri y'emu, okujjako nga tumaze okukomolwa lwe tusobola okwetaba mu Kuyitako. Kino kikwatagana n'okunywa saako okulya omusaayi n'omubiri gwa Yesu leero. Okuyitako kijjulo nga mulimu okulya ennyama y'omwana gw'endiga, so nga Okunywa n'okulya omusaayi n'omubiri gwa Mukama kwe kulya omugaati n'okunywa enviinyo, nga kabonero akalaga omubiri n'omusaayi gwa Yesu.

Awo Yesu n'abagamba nti, "Ddala ddala mbagamba nti Bwe mutalya mubiri gwa Mwana wa muntu ne munywa omusaayi Gwe, temulina bulamu mu mmwe. Alya omubiri gwange, era anywa omusaayi gwange, alina obulamu obutaggwwaawo, nange ndimuzuukiriza ku lunaku olw'enkomerero" (Yokaana 6:53-54).

Wano, Omwana w'Omuntu kitegeeza Yesu, era omubiri gw'Omwana w'Omuntu kitegeeza ebitabo 66 ebya Bayibuli. Okulya omubiri gw'Omwana w'Omuntu kitegeeza okuyingiza ekigambo eky'amazima ga Katonda ekyawandiikibwa mu Bayibuli.

Era, nga bwe twetaaga amazzi okumulungula emmere, bwe tulya omubiri gw'Omwana w'Omuntu, tulina n'okunywa mu kiseera kye kimu emmere esobole okukolebwako obulungi.

'Okunywa omusaayi ogw'Omwana w'Omuntu' kitegeeza okukkiririza ddala n'okutambulira mu kigambo kya Katonda. Ng'omaze okuwulira era n'otegeera ekigambo, bwe tutakitambuliramu, olwo nno ekigambo kya Katonda kiba tekirina kye kitugasa.

Bwe tutegeera ekigambo kya Katonda ekiri mu bitabo enkaaga mw'omukaaga ebya Bayibuli era ne tukitambuliramu, awo amazima gajja kujja mu mutima gwaffe era biyingizibwe ng'ebiriisa bwe biyingira mu mubiri. Olwo, ebibi n'obubi bijja kufuuka ng'empita mbi erina okusuulibwa, tusobola okweyongera okufuuka abantu ab'amazima era tufuna obulamu obutaggwaawo.

Eky'okulabirako, bwe tuyingiza ekiriisa eky'amazima ekiyitibwa 'kwagala' era ne tukitambuliramu, ekigambo kino kijja kubuna mu ffe ng'ekiriisa. Ebintu ebiwakanya nga obukyayi, obuggya n'enge bijja kufuuka mpitambi ey'okusuula eri. Olwo tujja kufuna omutima ogutuukiridde ogw'okwagala.

Era, bwe tujjuza omutima gwaffe n'emirembe saako obutuukirivu, okuyomba, okuwakana, okwesalamu, obukyaayi, n'obutali butuukirivu bijja kugenda.

Ebisaanyizo by'Okulya Omugaati n'Okunywa ku Kikompe

Mu biseera by'abaana ba Isiraeri okuva mu Misiri, abo abaali abakomole baali basaanidde okwetaba mu Kuyitako, basobole okwewala okufa kw'abaana ababereberye. Mu ngeri y'emu, olwaleero, bwe tukkiriza Yesu Kristo ng'Omulokozi waffe era ne tufuna Omwoyo Omutukuvu, tussibwako akabonero akalaga nti tuli baana ba Katonda, era tubeera n'eddembe okwetaba mu kulya omugaati gwa Mukama n'okunywa ku kikompe.

Naye Okuyitako kwali kwa kubalokola okufa kw'abaana ababereberye. Baali bakyalina okutambula mu ddungu olw'obulokozi obutuukiridde. Mu ngeri y'emu, wadde tufunye Omwoyo Omutukuvu era nga tusobola n'okwenyigira mu kulya omugaati n'okunywa ku kikompe, tuba tukyalina okuyita mu mitendera eginaatufunyisa obulokozi obw'olubeerera. Olw'okuba tuyingidde mu miryango gy'obulokozi olw'okukkiriza Yesu Kristo, tulina okugondera ekigambo kya Katonda mu bulamu bwaffe. Tulina okutambula nga tudda eri emiryango gy'obwakabaka obw'omu ggulu n'obulokozo obw'olubeerera.

Bwe twonoona, tetusobola kwetaba mu kulya omugaati n'okunywa ku kikompe okulya omubiri n'okunywa omusaayi gwa Mukama Omutukuvu. Tulina okusooka okwetunulamu, twenenye ebibi byonna bye tukoze, era tuyoze emitima gyaffe okusobola okwetaba mu kulya omugaati n'okunywa ku kikompe.

Kyanaava azza omusango ogw'omubiri n'omusaayi gwa Mukama waffe buli anaalyanga ku mugaati oba anaanywanga ku kikompe kya Mukama waffe nga tasaanidde. Naye omuntu yeekeberenga yekka alyoke alyenga ku mugaati bw'atyo era anywenga ne ku kikompe. Kubanga alya era anwya, alya era nywa musango gwe ye bw'atayawula mubiri (1 Abakkolinso 11:27-29).

Abamu bagamba nti abo bokka ababatizibwa n'amazzi be basobola okwetaba mu mu kulya omubiri n'okunywa omusaayi gwa Mukama. Naye bwe tukkiriza Yesu Kristo, tufuna Omwoyo Omutukuvu ng'ekirabo. Ffenna tulina eddembe okufuuka abaana ba Katonda.

N'olwekyo, bwe tuba nga tufunye Omwoyo Omutukuvu era netufuuka abaana ba Katonda, tusobola okwenyigira mu kulya omubiri gwa Yesu n'okunywa omusaayi Gwe nga tumaze okwenenya ebibi byaffe, ne bwe tuba nga tetunabatizibwa n'amazzi.

Okuyita mu kunywa ku kikompe n'okulya omugaati, tujjukira nate ekisa kya Mukama eyawanikibwa ku musaalaba era n'ayiwa omusaayi Gwe ku lwaffe. Tulina n'okwetunulamu era ne tuyiga era ne tutambulira mu kigambo kya Katonda.

1 Abakkolinso 11:23-25 wagamba, *"Kubanga nze nnaweebwa eri Mukama waffe era ekyo kye nnabawa mmwe, nga Mukama waffe Yesu mu kiro kiri kye yaliirwamu olukwe yatoola omugaati, ne yeebaza, n'agumenyamu, n'ayogera nti, Guno gwe mubiri gwange oguli ku lwammwe, mukolenga bwe mutyo olw'okunzijjukira nze."*

N'olwekyo, Mbakubiriza okutegeera amakulu gennyini ag'ekijjulo ky'Okuyitako saako Okulya n'okunywa omubiri n'omusaayi gwa Yesu era mu bwegendereza olye omubiri n'okunywa ku kikompe osobole okweggyako buli kika kya bubi era otuukirize okukomolwa kw'omutima mu bujjuvu.

Essuula 9

Okuva Kw'abaisiraeri mu Misiri, n'ekijjulo Ky'omugaati Ogutaliimu Kizimbulukusa

Okuva 12:15-17

"*Ennaku musanvu mulirya emigaati egizimbulukuse, era ne ku lunaku olw'olubereberya munaggyamu ekizimbulukusa mu nnyumba zammwe, kubanga buli alya emigaati egizimbulukuse okuva ku lunaku olw'olubereberye okutuusa ku lunaku olw'omusanvu, omwoyo ogwo gulisalibwa ku Isiraeri. Era ku lunaku olw'olubereberye walibabeerera okukung'ana olutukuvu, era ku lunaku olw'omusanvu okukung'ana olutukuvu, emirimu gyonna gyonna gireme okukolebwa mu nnaku ezo, wabula gye yeetaaga buli muntu okulya, egyo gyokka kye kirungi okukolebwa mmwe. Mulyekuuma embaga ey'emigaati egitazimbulukuse, kubanga ku lunaku luno lwennyini lwe nziyiddemu eggye lyammwe mu nsi ey'e Misiri, kye munaavanga mulwekuuma olunaku luno mu mirembe gyammwe gyonna mu tteeka eritaggwaawo.*"

"Katusonyiwe, naye tuleme kwerabira."

Ebyo bye bigambo kw'otuukira ng'oyingira mu kifo awaterekebwa ebintu eby'ebyafaayo ekya Yad Vashem Holocaust ekisangibwa mu Yerusaalemi. Birowo okujjukiza abantu, Abayudaaya obukadde omukaaga abattibwa ab'enzikiriza ya Nazi mu Ssematalo Ow'okubiri, era nga bigenderera okutegeeza obutaddamu byafaayo ng'ebyo.

Ebyafaayo bya Isiraeri byafaayo ebijjukirwa. Mu Baibuli, Katonda abagamba bajjukire ebyayita, babikuume mu mmeeme zaabwe, era babikuumenga ne mu mirembe egijja.

Ng'abaisiraeri bamaze okulokolebwa mu kufa kw'abaana ababereberye olw'okukuuma Okuyitako era ne bagibwa mu Misiri, Katonda yabagamba okukuzanga ekijjulo ky'Omugaati ogutaliimu kizimbulukusa. Kyalagirwa bwe kityo basobole okujjukira olubeerera olunaku lwe baateebwa okuva mu buddu bwe baalimu e Misiri.

Amakulu ag'Omwoyo ag'Okuva mu Misiri

Olunaka Abaisiraeri lwe baava mu Misiri si lunaku abaana ba Isiraeri lwe baafuna eddembe olw'okuva mu buddu enkumi n'enkumi gye myaka egy'ayita kyokka.

'Misiri' Abaisiraeri gye baabeera mu buddu kabonero akalaga 'ensi eno' ng'eri wansi w'obuyinza bw'omulabe Setaani. Nga Abaisiraeri bwe baayigganyizibwa era ne bayisibwa bubi nnyo nga bali mu buddu e Misiri, abantu babonaabona n'obulumi ennaku ebireetebwa omulabe Setaani bwe babeera tebamanyi Katonda.

Nga Abaisiraeri bwe baalaba Ebibonoobono Ekkumi ebyabaawo okuyita mu Musa, baategeera Katonda. Baava ne Musa mu nsi ey'e Misiri okugenda mu nsi Ensuubize ey'e Kanani, Katonda gye yali yasuubiza jjajjaabwe Ibulayimu. Kino kye kimu n'abantu leero abaali batambula nga tebamanyi Katonda, naye ne bakkiriza Yesu Kristo.

Abaisiraeri okuva mu Misiri, gye baali abaddu, kigeraageranyizibwa n'abantu okuva mu buddu eri omulabe Setaani nga bakkiriza Yesu Kristo era ne bafuuka abaana ba Katonda.

Era, olugendo lw'Abaisiraeri okugenda mu nsi Ensuubize ey'e Kanani, eyali ekulukuta n'amata saako omubisi gw'enjuki, si lwa njawulo n'abakkiriza abali ku lugendo lw'okukkiriza ng'abadda eri obwakabaka obw'omu ggulu.

Ensi ey'e Kanani, Ekulukuta n'Amata wamu n'Omubisi gw'Enjuki

Abantu bwe baava mu Misiri okugenda e Kanani mu nsi Ensuubize, Katonda Abaisiraeri teyabatwala butereevu mu nsi ye Kanani Ensuubize. Baalina okuyita mu ddungu kubanga waaliwo eggwanga ery'amaanyi eriyitibwa Firisuuti mu kkubo eryangu eryali lidda e Kanani.

Okuyita mu nsi eyo, baalina okulumba Abafirisuuti abamanyi. Ate nga Katonda yali akimanyi nti, bwe bakikola, abo abantu abataalina kukkiriza bandyagadde okuddayo mu Misiri.

Mu ngeri y'emu, abo abaakakkiriza Yesu Kristo tebaweebwa kukkiriza kutuufu amangu ago. Kale, bwe basisinkana ekigezo eky'amaanyi ekiringa ensi ya Firisuuti N'abafirisuuti abaamanyi, bayinza obutakiyita era okukakana nga okukkiriza kwabwe bakuvuddemu.

Eyo yensonga lwaki Katonda agamba, *"Si wali kukemebwa okubakwata okutali kwa bantu, naye Katonda mwesigwa, ataabaganyenga kukemebwa okusinga bwe muyinza, naye awamu n'okukemebwa era anassangawo n'obuddukiro, mulyoke muyinzenga okugumiikiriza"* (1 Abakkolinso 10:13).

Nga Abaisiraeri bwa baatambulira mu ddungu okutuuka lwe batuuka mu Nsi ye Kanani, ne bwe tuba nga tumaze okufuuka abaana ba Katonda, mu maaso gaffe eriyo olugendo olw'okukkiriza lwe tulina okutambula okusobola okutuuka mu bwakabaka obw'omu ggulu, Ensi ensuubize.

Wadde eddungu teryali lyangu abo abaalina okukkiriza tebaddayo Misiri kubanga baali beesunga okusisinkana eddembe, n'obutajula mu nsi ey'e Kanani bye bataasobola kweyagaliramu mu Misiri. Kitutuukirako ne leero.

Wadde olumu tulina okutambulira mu kkubo efunda era ezibu, tukkiririza mu kitiibwa ekirungi eky'omu bwakabaka obw'omu ggulu. N'olwekyo, tuba tetulaba nti olugendo lw'obulokozi luzibu, wabula tuwangula buli kimu n'obuyambi saako amaanyi ga Katonda.

Ekisembayo, abantu ba Isiraeri baayolekera olugendo lwabwe eri ensi eya Kanani, ensi ejjudde amata n'omubisi gw'enjuki. Ne balekawo ensi gye baali babaddemu okussuka emyaka 400 era ne batandika olugendo lwabwe olw'okukkiriza wansi w'obukulembeze bwa Musa.

Waaliwo abantu abaali batwala ente. Abalala nga batwala ngoye, zaabu, ne ffeeza bye bajja ku ba Misiri. Abamu baali mu ku pakira mugaati ogutali muzimbulukuse ate ng'abalala bali mu kulabirira abaana baabwe abato wamu n'abakadde. Ebintu aba Isiraeri bye baakola mu kwanguyirira okuva mu Misiri byali tebiggwayo.

> *Abaana ba Isiraeri ne batambula okuva mu Lameseesi okutuuka mu Sukkosi, ng'obusiriivu mukaaga abaatambula n'ebigere abasajja, era n'abaana. Era n'ekibiina ekya bannaggwanga ne balinnya wamu nabo, n'endiga n'ente, ebisibo bingi nnyo. Ne bookya emigaati egitazimbulukuse, n'obutta bwe baggya mu Misiri, kubanga bwali nga tebunnassibwamu ekizimbulukusa, kubanga baagobebwa mu Misiru nga tebayinza kulwa, so baali tebannaba kwefumbira mmere yonna* (Okuva 12:37-39).

Olunaku luno emitima gyabwe gyali gijjudde eddembe,

essuubi n'obulokozi. Okukuzanga olunaku luno, Katonda yabalagira okutegekanga ekijjulo ky'omugaati ogutaliimu kizimbulukusa mu mirembe gyonna.

Ekijjulo ky'Omugaati Ogutali Muzimbulukuse

Leero, mu Bukristaayo, tukuza Amazuukira mu kifo ky'Ekijjulo eky'omugaati ogutaliimu kizimbulukusa. Ekijjulo ku mazuukira kye kijjulo eky'okwebaza Katonda olw'okutuwa okusonyiyibwa okw'ebibi byaffe byonna okuyita mu kukomererwa kwa Yesu. Era, kino tukikuza ng'olunaku lwe twasobola ffe okuva mu kizikiza n'okuyingira mu kitangaala olw'okuzuukira Kwe.

Ekijjulo ky'omugaati Ogutaliimu kizimbulukusa bye bimu ku bijjulo ebikulu ebya Isiraeri. Kibaawo olw'okujjukira nti bagibwa mu Misiri olw'omukono gwa Katonda. Nga batandika n'ekiro Eky'okuyitako, balya omugaati ogutaliimu kizimbulukusa okumala ennaku musanvu.

Ye n'aba Misiri wadde baali babonyeebonye nnyo n'ebibonoobono bingi, Falaawo teyakyusa mutima gwe. Era ekyavaamu Misiri yalina okubonaabona n'okufa kw'abaana ababereberye ne Falaawo yennyini naye yafiirwa omwana we omubereberye. Falaawo n'ayanguwa nnyo okutumya Musa ne Alooni era n'abalagira b'amuke Misiri mu bwangu ddala. Kale, tebaalina budde kuzimbulukusa mugaati. Eyo yensonga lwaki baalina okulya omugaati ogutali muzimbulukuse.

Era, Katonda n'abaganya okulya omugaati ogutaliimu kizimbulukusa basobole okujjukira ebiseera bye baabonaabona era beebaze olw'okuteebwa okuva mu buddu.

Ekijjulo eky'Okuyitako kye kijjulo kwe bajjukirira okulokolebwa okw'okufa kw'abaana ababereberye. Balya omwana gw'endiga, enva ezikaawa, n'omugaati ogutaliimu kizimbulukusa. Ekijjulo ky'omugaati ogutaliimu kizimbulukusa kya kujjukira nti baalya omugaati ogutaliimu kizimbulukusa okumala ssabbiiti namba mu ddungu nga bamaze okuva mu Misiri nga banguwa.

Olwaleero, aba Isiraeri bawummula okumala ssabbiiti namba okusobola okujjukira ekiro Eky'okuyitako omuli n'ekijjulo Eky'omugaati Ogutaliimu Kizimbulukusa.

Tolyanga mmere nzimbulukuse wamu nakwo, onoomalanga ennaku musanvu ng'olya emmere eteri nzimbulukuse wamu nakyo, ye mmere ey'okunakuwala, (kubanga wava mu nsi y'e Misiri ng'oyanguwa), ojjukirenga olunaku lwe waviiramu mu nsi ye Misiri ennaku zona ez'obulamu bwo (Ekyamateeka olw'okubiri 16:3).

Amakulu ag'Omwoyo ag'Ekijjulo eky'Omugaati Ogutaliimu Kizimbulukusa

Ennaku musanvu mulirya emigaati

egitazimbulukuse, era ne ku lunaku olw'olubereberye munaggyamu ekizimbulukusa mu nnyumba zammwe, kubanga buli alya emigaati egizimbulukuse okuva ku lunaku olw'olubereberye okutuusa ku lunaku olw'omusanvu, omwoyo ogwo gulisalibwa ku Isiraeri (Okuva 12:15).

Wano, 'olunaku olw'olubereberye' kitegeeza olunaku olw'obulokozi. Nga bamaze okulokolebwa mu kufa kw'abaana ababereberye era ne bava mu Misiri, Abaisiraeri baalina okulya omugaati ogutazimbulukuse okumala ennaku musanvu. Mu ngeri y'emu, bwe tumala okukkiriza Yesu Kristo era ne tufuna Omwoyo Omutukuvu, tulina mu by'omwoyo okulya omugaati ogutali muzimbulukuse okusobola okutuuka mu bulokozi.

Mu by'omwoyo okulya omugaati ogutali muzimbulukuse kitegeeza okwerekereza ensi okwate ekkubo efunda. Nga tumaze okukkiriza Yesu Kristo, tulina okukakkana ne tukwata ekkubo efunda okusobola okutuukira ddala eri obulokozi n'emitima emigonvu.

Okulya omugaati ogulimu ekizimbulukusa mu kifo ky'okulya ogutaliimu kizimbulukusa, kwe kukwata ekkubo eggazi era eryangu olw'okunoonya ebintu by'ensi ebitaliimu nga okuyaayaana kw'omuntu bwe kuli. Kitegeeza, nti omuntu akutte ekkubo lino tajja kufuna bulokozi. Eyo yensonga lwaki Katonda yagamba nti abo abalya omugaati ogulimu ekizimbulukusa bajja kusalibwa ku Isiraeri.

Olwo, tuyiga ki mu Kijjulo ky'Omugaati Ogutaliimu Kizimbulukusa olwa leero?

Okusookera ddala, bulijjo tulina okujjukiranga n'okwebaza olw'Okwagala kwa Katonda n'ekisa ky'obulokozi bwe tufuna ku bwereere mu kununula okwa Yesu Kristo.

Aba Isiraeri bajjukira ennaku z'obuddu mu Misiri nga balya omugaati ogutaliimu kizimbulukusa okumala ennaku musanvu era ne beebaza Katonda olw'okubalokola. Mu ngeri y'emu, ffe abakkiriza, abaisiraeri mu mwoyo, tulina okujjukiranga ekisa n'okwagala kwa Katonda atulung'amizza eri ekkubo ery'obulamu obutaggwaawo era twebaze mu bintu byonna.

Tulina okujjukiranga olunaku lwe twasisinkana era ne twerabira ku Katonda n'olunaku lwe twazaalibwa omulundi ogw'okubiri n'amazzi n'omwoyo era twebaze Katonda mu kujjukira ekisa Kye. Kino kiba kye kimu okutuuka ku ddala ery'omwoyo ery'ekijjulo ky'omugaati Ogutaliimu Kizimbulukusa. Abo abalungi ddala mu mutima tebeerabira kisa kyonna kye baali bafunye okuva eri Mukama. Buno bwe buvunaanyizibwa bw'omuntu era kino kye kikolwa eky'omutima omulungi ogw'obulungi.

N'omutima guno omulungi, embeera eriwo ne bw'eba nzibu etya, tetulyerabira okwagala n'ekisa wabula okwebaza olw'ekisa Kye n'okujaguza olubeerera.

Bwe kityo bwe kyali ne ku Kaabakuuku, eyakola ennyo mu biseera bya Kabaka Yosiya eyo mu myaka gya 600 nga Kristo tannazaalibwa.

Kubanga omutiini newakubadde nga tegwanya, so n'emizabbibu nga tegiriiko bibala, Ne bwe bateganira omuzeyituuni obwereere, Ennimiro ne zitaleeta mmere yonna, embuzi nga zimaliddwawo ku kisibo, so nga tewali nte mu biraalo. Era naye ndisanyukira Mukama, Ndijaguliza Katonda ow'obulokozi bwange (Kaabakuuku 3:17-18).

Ensi ya Yuda yalina okusisinkana obuzibu okuva mu ba Kaludaaya (Abababbirooni), era Nnabbi Kaabakuuku n'alaba ensi ye ng'egenda kugwa, kyokka obutagiganya kugwa kuggwaawo, Kabakuuku n'atendereza n'okwebaza Katonda.
Mu ngeri y'emu, wadde tuli mu mbeera ki mu bulamu, okuba nti tulokolebwa olw'ekisa kya Katonda awatali muwendo gwonna kitumala, tusobola okubeera abasanyufu okuva ku ntobo y'emitima gyaffe.

Eky'okubiri, tetulina kugenda mu maaso n'embeera zaffe enkadde mu bulamu obw'okukkiriza oba okugwa ne tuddayo mu kkubo ekkalu ery'obulamu oba okubeera mu bulamu Bw'ekikristaayo obutakula oba obutakyuka.

Okutambulira mu bulamu Obw'ekikristaayo obutaliimu kufuba, kwe kusigala nga bwe wali. Bwe bulamu obuyimiridde mu kifo kimu nga tebuliiko we budda oba okukyuka. Kitegeeza nti tuli baakibuguumirize, abalina obubeezi okukkiriza. Kwe kukola obukozi ebikolebwa mu bakkiriza, awatali kukomola mitima gyaffe.

Bwe tuba nga tunnyogoga, tusobola okubaako ekibonerezo kye tufuna okuva eri Katonda tusobole okukyuka era tuzzibwe buggya. Naye bwe tubeera abeekibuguumirize, twekkiriranya n'ensi era tetugezaako kweggyako bibi. Tetujja kuviira ddala ku Katonda kubanga twafuna Omwoyo Omutukuvu era nga tukimanyi bulungi nnyo nti waliyo eggulu ne ggeyeena.

Bwe tuwulira muli obutali butuukirivu bwaffe, tujja kubusabira eri Katonda. Naye abo abeekibuguumirize tebalaga kufaayo kwonna. 'Bafuuka bagenzi ba ku kanisa'.

Mu kusooka bawulira bubi n'okulumwa mu mutima, naye ekiseera kituuka nga byonna tebakyabiwulira.

"Bwe kityo kubanga olina ekibuguumirize, so tonnyogoga, so tobuguma, ndikusesema mu kamwa Kange" (Okubikkulirwa 3:16). Nga bwe kyawandiikibwa, olwo, obeera tosobola kulokolebwa. Eyo yensonga lwaki Katonda atuganya okujjukira ebijjulo eby'enjawulo buli budde okukebera ku kukkiriza kwaffe tusobole okutuuka ku kigera eky'obukulu eky'okukkiriza.

Eky'okusatu, bulijjo tulina okukuuma ekisa eky'okwagala okwasooka. Bwe tuba nga twakifiiriddwa, tulina okulowooza ku nsonga eyo etusudde, twenenye mangu, olwo tusbole okuzzaawo amangu ebikolwa ebisooka.

Oyo yenna akkiriza Mukama Yesu asobola okufuna ekisa ky'okwagala okwasooka. Ekisa n'okwagala ebya Katonda by'amaanyi nnyo nti buli lunaku mu bulamu bwe mujja kubeeramu essanyu n'okusanyuka bye nnyini.

Ng'abazadde bwe basuubira nti abaana baabwe balina kukula bulungi, Katonda naye asuubira nti abaana Be bajja kubeera n'okukkiriza okugenda kunywera okutuuka lwe banaatuuka ku kigera okukkiriza ekinene. Naye bwe tutuuka ne tufiirwa ekisa eky'okwagala okwasooka, okufuba n'okwagala bisobola okuwola. Ne bwe tusaba, tukikola ng'abatuukiriza omukolo.

Okutuuka bwe tutuuka ku ddaala ery'obutuukirivu obutuukiridde, bwe tuwaayo omutima gwaffe eri setaani, tusobola okufiirwa okwagala okwasooka ekiseera kyonna. N'olwekyo, bwe tuba nga tufiiriddwa ekisa ky'okwagala okwasooka okunyiikivu, tulina okutegeera ensonga olwo ne twenenya mangu era ne tukyuka.

Abantu bangi bagamba nti obulamu Obw'ekikristaayo lye kkubo efunda era ezzibu, naye Ekyamateeka Olw'okubiri 30:11 wagamba, *"Kubanga ekiragiro kino kye nkulagira leero tekiiyinze kukukaluubirira, so tekiri wala."* Bwe tutegeera okwagala kwa Katonda okutuufu, olugendo lw'obulamu mu kukkiriza terusobola kubeera luzibu. Kiri bwe kityo lwakuba okubonaabona kwe tuyitamu kati tetusobola kukugeraageranya n'ekitiibwa ekijja okutuweebwa. Tubeera basanyufu nga tulowooza ku kitiibwa ekyo.

N'olwekyo, ng'abakkiriza abali mu nnaku zino

ez'oluvannyuma, bulijjo tulina okugonderanga ekigambo kya Katonda era tutambulire mu kitangaala ekiseera kyonna. Tetukwata kkubo ggazi ery'ensi wabula ekkubo efunda ery'okukkiriza, lwe tujja okusobola okuyingira mu Nsi ya Kanani ekulukuta n'amata saako omubisi gw'enjuki.

Katonda ajja kutuwa ekisa ky'obulokozi n'essanyu ery'okwagala okwasooka. Ajja kutuwa omukisa okutuukiriza obutukuvu era okuyita mu kutambula kwaffe okw'okukkiriza, Ajja kutuganya okunyaga obwakabaka obw'omu ggulu obw'olubeerera lwa mpaka.

Essuula 10

Obulamu Obw'obuwulize N'emikisa

Ekyamateeka Olw'okubiri 28:1-6

"Awo olunaatuukanga, bw'onoonyiikiranga okuwulira eddoboozi lya MUKAMA Katonda wo, okukwata ebiragiro Bye byonna bye nkulagira leero, okubikolanga, MUKAMA Katonda wo anaakugulumizanga okusinga amawanga gonna agali ku nsi. N'emikisa gino gyonna ginaakujjiranga ginaakutukangako, bw'onoowuliranga eddoboozi lya MUKAMA Katonda wo. Onoobanga n'omukisa mu kibuga, era onoobanga n'omukisa mu kyalo. Ekibala ky'omubiri gwo kinaabanga n'omukisa, n'ekibala ky'ettaka lyo, n'ekibala ky'ekisibo kyo, ezzadde ly'ente zo n'abaana b'embuzi zo. Ekibbo kyo kinaabanga n'omukisa n'olutiba lwo olw'okugoyeramu. Onoobanga n'omukisa bw'onooyingiranga, era onoobanga n'omukisa bw'onoofulumanga."

Ebyafaayo by'abaisiraeri okuva mu Misiri okugenda eri Ensi ensuubize bituwa essomo ery'omugaso ennyo. Nga ebibonoobono bwe byajjira Falaawo n'Abamisiri olw'obujeemu bwabwe, bwe baali nga bali ku lugendo lwabwe okugenda eri ensi ya Kanani abantu ba Isiraeri baalina okubonaabona n'ebigezo ne balemwa n'okukulaakulana kubanga baawakanya okwagala kwa Katonda.

Baawonyezebwa ekibonoobono ky'okufa kw'abaana ababereberye okuyita mu Kuyitako. Naye, bwe baali tebalina mazzi ga kunywa n'emmere ey'okulya bwe baali nga bagenda e Kanani, ne batandika okwemulugunya.

Baakola ente eya zaabu era ne bagisinza, era ne boogera bubi ne ku Nsi Ensuubize; era baawakanya ne Musa. Byonna byabaawo kubanga tebaatunuulira kkubo libatwala Kanani n'amaaso ag'okukkiriza.

Era ekyavaanu, omulembe ogwasooka mu kutambula ng'abagenda e Kanani, okujjako Yoswa ne Kalebu, bonna baafiira mu ddungu. Yoswa ne Kalebu bokka beebakkiririza mu kisuubizo kya Kanani era ne bagondera Katonda, era ne bayingira mu Nsi ey'e Kanani n'omulembe ogw'okubiri mu lugendo lwabwe olw'e Kanani.

Omukisa Ogw'okuyingira mu Nsi ey'e Kanani

Olw'okuba omulembe ogw'asooka nga batandika olugendo lwabwe olw'e Kanani gwali gw'abantu abaali ekitundu kw'abo abaazaalibwa n'okukulira mu Nsi y'Abamawanga ey'e Misiri okumala emyaka 400, okukkiriza kwabwe mu Katonda kwali kwakendeerera ddala. Era, obubi bungi bwali busimbiddwa mu mitima gyabwe bwe baayita mu kuyigganyizibwa n'okubonaabona.

Naye Abaisiraeri ab'omu mulembe ogw'okubiri nga bali mu lugendo lwabwe olw'okugenda e Kanani baasomesebwa ekigambo kya Katonda okuviira ddala nga bato. Olw'okuba baalaba emirimu gya Katonda mingi egy'amaanyi, omulembe gwabwe gwali gwa njawulo ku gwa bazadde baabwe.

Baategera lwaki omulembe gw'abazadde baabwe tegwasobola kugenda mu Nsi ye Kanani naye baalina kukoma mu ddungu mu myaka 40. Baali beetegefu nnyo okugondera Katonda n'omukulembeze waabwe n'okukkiriza okutuufu.

Omulembe gw'abazadde baabwe gwabeeranga mu kwemulugunya wadde nga baali balabye emirimu gya Katonda mingi, ab'omulembe omuto baalayira okugonda mu bujjuvu. Baayatula nti baakugondera Yoswa mu byonna nga yeeyasikira Musa olw'okwagala kwa Katonda.

Nga bwe twawuliranga Musa mu bigambo byonna, naawe tunaakuwuliranga bwe tutyo, kyokka MUKAMA Katonda wo abe naawe, nga bwe yali ne Musa. Buli muntu yenna anaajeemeranga ekiragiro kyo, era ataawulirenga bigambo byo mu byonna by'onoomulagiranga, anattibwanga, naye ddamu amaanyi, guma omwoyo (Yoswa 1:17-18).

Emyaka 40 mu ddungu Abaisiraeri gye baamalayo, tekyali kiseera kya kubabonereza. Kyali ekiseera eky'okutendekebwa mu mwoyo olw'omulembe ogw'okubiri ogw'abantu abaali ab'okuyingira mu Nsi ey'e Kanani.

Nga Katonda tannatuwa mikisa, Aganya ebika eby'okutendekebwa ebyenjawulo mu mwoyo tusobole okubeera n'okukkiriza okw'omwoyo. Kiba bwe kityo lwa kuba awatali kukkiriza kwa mwoyo, tetusobola kufuna bulokozi era tetusobola kugenda mu bwakabaka obw'omu ggulu.

Era, Katonda bwatuwa emikisa nga tetunafuna kukkiriza okw'omwoyo, ebiseera ebisinga bangi ku ffe tujja kuddayo mu nsi. Kale, Katonda atulaga emirimu egyewuunyisa egy'amaanyi Ge, era olumu atuganya okuyita mu bigezo ebiringa omuliro okukkiriza kwaffe kusobole okukula.

Embeera ey'akakunizo eyalina okulaga obuwulize bw'omulembe ogw'okubiri yali ku mugga Yolodaani. Omugga Yolodaani gwayitanga mu nsi ye Mowabu n'ensi ya Kanani, era mu kiseera ckyo, omugga gwali gukulukuta n'amaanyi mangi era nga n'amazzi gaagwo gatera okwanjaala.

Wano, Katonda yabalagira ki? Yalagira bakabona basitule ssanduuke y'Amateeka ga Katonda bakulemberemu abantu era nga be balina okusooka okulinnya mu mugga. Abantu bwe baawulira okwagala kwa Katonda kuno okuyita mu Yoswa, ne batambula ng'abadda eri Yolodaani awatali kuwalira kwonna, nga bakabona bebakulembeddemu.

Kubanga baali bakkiriza nti Katonda abimanyi byonna era

w'amaanyi, baasobola okugonda awatali kubuusabuusa wadde okwemulugunya. Era ekyavaamu, ekigere kya kabona eyali asitudde sanduuke y'amateeka bwe kyalinya mu mazzi bwe kiti, ku mugga, amazzi ne galekerawo okukulukuta era ne basobola okugusala nga abali ku lukalu.

Era, baazikiriza ekibuga Yeriko ekyali kigambibwa nti tekiwangulwa. Ng'ogyeeko eby'enaku zino, mu biseera ebyo teyali byuma bya kulwanyisa by'amaanyi, kyalinga ekitasoboka okusuula ebisenge eby'amaanyi bwe bityo, nga byali bya mirundi ebiri.

N'amaanyi gaabwe bonna, gwandibadde mulimu muzibu nnyo bo okukisuula. Naye Katonda yabalagira beetooloole bwetooloozi ekibuga kino omulundi gumu buli lunaku okumala ennaku mukaaga, era ku lunaku olw'omusanvu, bakere nnyo bakyetooloole emirundi musanvu, olwo baleekaane ne ddoboozi erya waggulu.

Mu mbeera ng'eggye ly'abalabe liyimiridde waggulu ku bisenge, omulembe ogw'okubiri ogw'abantu abaava mu Misiri baatandikirawo okwetooloola ekibuga nga tewalizza mpaka.

Kyali kisobokera ddala nti abalabe baabwe baali basobola okubakasukira obusaale bungi ne babatta oba okutandika olutalo olw'amaanyi okubalumba. Wadde embeera yali nzibu bw'etyo baagondera ekigambo kya Katonda era ne beetooloola ekibuga. N'ebisenge eby'amaanyi byasobola okugwa abantu ba Isiraeri bwe baagondera ekigambo kya Katonda.

Okufuna Emikisa Okuyita mu Buwulize

Obuwulize busobola okussukuluma embeera yonna. Lye kkubo erissa wansi amaanyi ga Katonda ag'ewuunyisa. Mu kulowooza kw'abantu, tusobola okulowooza nti waliwo embeera ze tutasobola kugondera. Naye mu maaso ga Katonda, tewali kintu kye tutasobola kugondera, era nga tumanyi nti Katonda Yayinza byonna.

Okulaga ekika ky'obuwulize nga buno, nga bwe tulina okwokya ku muliro omwana gw'endiga, tulina okuwulira n'okutegeera ekigambo kya Katonda mu bujjuvu n'okw'olesebwa kw'Omwoyo Omutukuvu.

Era, nga abaana ba Isiraeri bwe bakuumye Okuyitako n'ekijjulo eky'omugaati ogutali Muzimbulukuse emirembe gyonna, bulijjo tulina okujjukira ekigambo kya Katonda era tukikuume mu mitima gyaffe. Kwe kugamba, tulina obutalekaayo kukomola mitima gyaffe n'ekigambo kya Katonda era tweggyeko ebibi n'obubi nga bwe twebaza olw'ekisa ky'obulokozi.

Olwo lwokka lwe tujja okuweebwa okukkiriza okutuufu era tulage ebikolwa ebituukiridde eby'obuwulize.

Wayinza okubaayo ebintu bye tutayinza kugondera bwe tubirowoozaako nga tukozesa enjigiriza zaffe, okumanya kwaffe, oba okutegeera kw'omuntu. Naye okwagala kwa Katonda ku lwaffe kwe kugonda ne mu bintu nga bino. Bwe tulaga obugonvu obw'ekika kino, Katonda atulaga emirimu agy'amaanyi n'emikisa egy'ewuunyisa.

Mu Bayibuli, abantu bangi baweebwa emikisa egitayogerekeka okuyita mu bikolwa byabwe eby'obugonvu. Danyeri ne Yusufu baafuna emikisa kubanga baanywerera mu kukkiriza kwabwe mu Katonda, era nga tebannafa baatambulira nga mu kigambo kya Katonda kyokka. N'okuyita mu bulamu bwa Ibulayimu, Taata w'okukkiriza, tusobola okumanya Katonda bwasanyukira abo abamugondera.

Emikisa Egyaweebwa Ibulayimu

> *Awo MUKAMA n'agamba Ibulaamu nti, "Va mu nsi ya nnyo, era awali ekika kyo, n'ennyumba ya Kitaawo, oyingire mu nsi gye ndikulaga. Nange ndikufuula eggwanga eddene era naakuwanga omukisa, era naakuzanga erinnya lyo era obeeranga mukisa Ggwe"* (Olubereberye 12:1-2).

Mu kiseera ekyo, Ibulaamu yalina emyaka nsanvu mw'etaano, ddala teyali muto. Naddala, tekyali kyangu ye okuva mu nsi ye n'ava ku kika kye kyonna, engeri gy'atalina mwana yenna eyali ajja okumusikira.

Katonda teyamugamba nti ogenda wano. Katonda yamulagira bulagizi okugenda. Singa yakozesa ebirowoozo eby'abantu, kyali kizibu nnyo ye okugenda. Wabula ye byonna bye yali akozeewo yabireka mabega, era n'agenda mu nsi gyatabeerangako.

Si kyangu okuleka ebintu byonna bye tulina ne tugenda mu kifo ekirala ennyo, wadde obukakafu we buli nti buli kimu kijja kubeera bulungi. Ye abantu bameka abasobola okulekawo buli kimu kye balina, nga ebiseera byabwe eby'omu maaso tebitegerekeka bulungi? Kyokka ye Ibulayimu yagonda bugonzi.

Waliwo omulundi omulala obuwulize bwa Yibulayimu bwe bwafulumya ekitangaala eky'amaanyi. Okusobola okufuna obuwulize bwa Yibulayimu mu ngeri etuukiridde, Katonda yaleetawo ekigezo asobole okumuwa emikisa.

Kwe kugamba, Katonda yamulagira okuwaayo omwana we omu yekka Yisaaka. Yisaaka yali omwana eyali ayagalwa ennyo Ibulayimu. Yali wa muwendo nnyo n'okumusinga ye yennyini naye yagonda nga tawalidde wadde akatono.

Nga Katonda amaze okwogera naye, tusanga mu Lubereberye 22:3 nti olunaku olwaddako, yakeera ku makya nnyo n'ategeka ebintu bye eby'okuwaayo ssaddaka eri Katonda, era n'agenda mu kifo Katonda kye yali amugambye.

Omulundi guno, obuwulize bwali ku mutendera gwa waggulu okusinga kw'ogwo ogw'okuva mu nsi ye ne mu nnyumba ya kitaawe. Mu kiseera ekyo, yagonda bugonzi nga tamanyi na bulungi kwagala kwa Katonda. Naye Katonda bwe yamugamba okuwaayo omwana we Yisaaka ng'ekiweebwayo ekyokebwa, yategeera omutima gwa Katonda era n'agondera okwagala Kwe. Mu Abaebbulaniya 11:17-19 kyawandiikibwa engeri gye yakkirizaamu nti ne bwe yandiwaddeyo omwana we ng'ekiweebwayo ekyokebwa, Katonda yali ajja kumuzuukiza, kubanga ye yali ensigo ey'ekisuubizo kya Katonda.

Katonda yali musanyufu n'okukkiriza kwa Ibulayimu kuno era ye Yennyini n'ategeka ssaddaaka. Ibulayimu ng'amaze okuyita ekigezo kino, Katonda Yamuyita mukwano Gwe era n'amuwa emikisa mingi.

Ne leero, amazzi matono mu Isiraeri. Ate mu nsi ey'e Kanani ebiseera ebyo gaali n'amatono nnyo. Naye buli Ibulayimu gye yalaganga, amazzi gaalingayo mu bungi. Era n'omwana wa mwannyina Luuti, eyali abeera naye, yafuna omukisa ogw'amaanyi ennyo.

Ibulayimu yalina ente nnyingi, ne ffeeza nga mungi saako zaabu; yali muggagga nnyo. Omwana wa mwannyina Luuti bwe yatwalibwa ng'omuwambe, Ibulayimu yatwala abasajja 318 abaali baakulira mu nnyumba ye, era nanunula Luuti. okulaba obulabi kino, tusobola okumanya obuggagga bwe yaliko.

Ibulayimu yagondera ekigambo kya Katonda. Ensi n'ebyo ebyali bimwetooloodde byonna byafuna omukisa, era n'abo abaali naye baafuna emikisa.

Okuyita mu Ibulayimu, n'omwana we Yisaaka yafuna omukisa, era ezzadde lye lyali ddene nnyo okuba nti batuuka n'okukola eggwanga. Era, Katonda yamugamba nti Katonda ajja kuwa omukisa oyo yenna anaamuwanga omukisa, era ajja kukolimira oyo yenna anaamukolimiranga. Yali musajja aweebwa ennyo ekitiibwa nti ne bakabaka b'amawanga agalinaanyeewo baamussangamu ekitiibwa.

Ibulayimu yafuna buli kika kya mukisa omuntu gw'asabola okufuna ku nsi kuno, omuli obuggagga, etutumu, obuyinza, obulamu, n'abaana. Nga bwe kyawandiikibwa mu ssuula eya 28 mu Kyamateeka olw'okubiri, yafuna emikisa ng'ayingira ne bwe yafulumanga.

Yafuuka ensulo y'emikisa era taata w'okukkiriza. Era, yasobola okutegeera omutima gwa Katonda mu ngeri ey'ebuziba era Katonda n'asobola okugabana naye omutima Gwe nga mukwano gwe. Ogwo omukisa nga gwa kitiibwa nnyo!

Kubanga Katonda kwagala, Ayagala buli omu afuuke nga Ibulayimu era atuuke mu kifo eky'omukisa oba eky'ekitiibwa. Eyo yensonga lwaki Katonda yaleka obubaka obuwandiike mu bujjuvu ku Ibulayimu. Buli oyo yenna agoberera eky'okulabirako kye era n'agondera ekigambo kya Katonda asobola okufuna emikisa gye gimu bwayingira ne bwabeera afuluma nga bwe kyali ne ku Ibulayimu.

Okwagala N'obwenkanya bwa Katonda Oyo Ayagala Okutuwa Omukisa

Okutuuka wano tubadde tukyatunula mu bibonoobono Ekkumi ebyateekebwa ku Misiri n'ekijjulo eky'Okuyitako nga lye lyali ekkubo ery'okulokolebwa eri Abaisiraeri. Okuyita mu kino tusobola okutegeera lwaki tusisinkana ebibonoobono, engeri gye tuyinza okubyewalamu, n'engeri gye tuyinza okulokolebwa.

Bwe tuba nga tubonaabona n'ebizibu oba endwadde, tulina

okutegeera nti okusooka byonna byava ku bubi bwaffe. Olwo, tulina okwetunulamu amangu ddala, twenenye, era tweggyeko buli kika kya bubi. Era, okuyita mu Ibulayimu, tusobola okutegeera emikisa egitayogerekeka Katonda gy'awa abo abamugondera.

Waliwo ebivaako ebibonoobono byonna. Gye tukoma okubitegeera mu mutima gwaffe, ne tukyuka okuva mu bibi n'obubi, ne tukyusa obulamu bwaffe, ebivaamu bijja kubeera bya njawulo nnyo. Abantu abamu bajja kusasula ekibonerezo ky'okwonoona kwabwe, so nga abalala bajja kuzuula ekizikiza oba obubi mu mutima gwabwe okuyita mu kubonaabona era bagukozese ng'omukisa ogw'okyusa obulamu bwabwe.

Mu Ekyamateeka olw'okubiri essuula 28, Tusobola okusanga okugeraageranya okw'emikisa n'ebikolimo ebijja okutujjira mu mbeera ez'obuwulize n'ez'obujeemu eri ekigambo kya Katonda.

Katonda ayagala okutuwa emikisa, naye nga bwe Yayogera mu Kyamateeka olw'okubiri 11:26, *"Laba, leero nteeka mu maaso gammwe omukisa n'okukolimirwa,"* kati kiri gye tuli. Bwe tusiga ebijanjaalo, ebijanjaalo bye bijja okumera. Mu ngeri y'emu, tubonaabona n'ebizibu ebituleetebwa Setaani nga kino kiva ku bibi byaffe. Mu mbeera eno, Katonda alina okuganya ekibonoobono okutujjira okusinziira ku bwenkanya Bwe.

Abazadde bagala abaana baabwe babeere bulungi, era babagamba nti, "Soma nnyo," "beera n'empisa," "Tomenya mateeka ga ku nguuudo," n'ebirala bingi. N'omutima ogw'ekika kino, Katonda atuwadde ebiragiro Bye era ayagala tubigondere. Abazadde tebasobola kwagala baana baabwe kubajeemera bagwe mu makubo aganaabazikiriza. Mu ngeri y'emu, si kwagala kwa Katonda ffe okubonaabona n'emitawaana.

N'olwekyo, Nsaba mu linnya lya Mukama Yesu Kristo nti mwenna mujja kutegeera nti okwagala kwa Katonda eri abaana Be si bibonoobono wabula omukisa era okuyita mu bulamu obw'obuwulize, ojja kufuna emikisa ng'oyingira n'okufuluma, era buli kimu kijja kukutambulira bulungi.

Ebifa ku Muwandiisi:
Dr. Jaerock Lee

Dr. Jaerock Lee Yazaalibwa Muan, ekisangibwa mu ssaza lye Jeonnam, mu Nsi ye Korea, mu mwaka gwa 1943. Ng'ali mu myaka amakumi abiri, Dr. Lee yabonaabona n'endwadde nnyingi ez'olukonvuba okumala emyaka musanvu era ng'alinda bulinzi kufa awatali ssuubi lya kuwona. Wabula lumu lumu mu biseera eby'omusana mu mwaka gwa 1974, yatwalibwa mwannyina mu kanisa era bwe yafukamira wansi okusaba, amangu ago Katonda Omulamu n'amuwonya endwadde ze zonna..

Okuva Dr. Lee bwe yasisinkana Katonda Omulamu okuyita mu ngeri ennungi bw'etyo, ayagadde Katonda n'omutima gwe gwonna era n'amazima, era mu mwaka gwa 1978 yayitibwa okuba omuweereza wa Katonda. Yasaba n'amaanyi ge gonna n'okusiiba asobole okutegeera obulungi okwagala kwa Katonda, alyoke akutuukirize mu bujjuvu era agondere Ebigambo bya Katonda byonna. Mu 1982, yatandika ekanisa eyitibwa Manmin Central Church esangibwa mu kibuga Seoul, eky'omu nsi ye Korea, era eby'amagero bya Katonda ebitabalika, omuli okuwonya okw'ebyamagero bizze bibeerawo mu kanisa ye.

Mu 1986, Dr. Lee yatikkirwa ku mukolo Annual Assembly of Jesus ogwali mu Sungkyul Church of Korea, n'afuuka omusumba era oluvanyuma lw'emyaka ena mu mwaka gwa 1990, obubaka bwe bwatandika okuzanyibwa ku butambi mu nsi ya Australia, Russia, Philippines, n'ensi endala nnyingi ku mikutu nga Far East Broadcasting Company, Asia Broadcast Station, ne Washington Christian Radio System.

Nga wayise emyaka essatu mu 1993, Manmin Central Church yalondebwa okuba "emu ku kanisa 50 ezikulembedde mu nsi yonna" nga bino byafulumizibwa aba Christian World magazine (ng'efulumira mu Amerika) era n'afuna ekitiibwa ky'obwa Dokita mu By'eddiini okuva mu ttendekero eriyitibwa Christian Faith College, eky'omu kibuga Florida, ekisangibwa mu Amerika, era mu 1996 yaweebwa eky'obwa ssabakenkufu mu ttendekero lye Kingsway Theological Seminary, eky'omu kibuga Iowa, mu Amerika.

Okuva omwaka gwa 1993, Dr. Lee akulembeddemu okutambuza enjiri mu nsi yonna okuyita mu kuluseedi ennyingi z'akubye emitala w'amayanja nga kuluseedi eyali e Tanzania, Argentina, L.A., Baltimore City, Hawaii, ne New York City eky'omu Amerika, Uganda, Japan, Pakistan, Kenya, Philippines, Honduras, India, Russia, Germany, Peru, Democratic Republic of the Congo, Israel ne Estonia.

Mu 2002 empapula ez'amaanyi mu Korea z'amuyitanga "omusumba ow'ensi yonna" olw'emirimu gye mu nsi ez'enjawulo gye yakubanga Kuluseedi ennene ennyo. Naddala, kuluseedi ye ey'omu kibuga New York eyaliyo mu 2006 nga yayatiikirira nnyo, Kuluseedi eyali mu kisaawe ekimanyiddwa ennyo ekiyitibwa Madison Square Garden era nga yayita ku mpewo ku mikutu gy'empuliziganya mu nsi 220, mu kuluseedi gye yakuba mu Isiraeri mu mwaka gwa 2009 mu kifo ekiyitibwa International Convention Center ekisangibwa mu Yerusaalemi era n'alangirira mu buvumu nti Yesu Kristo ye Mununuzi era Omulokozi.

Obubaka bwe bwatuuka mu nsi 176 okuyita ku setilayiti n'omukutu ogumanyiddwa nga GCN TV era mu mwaka gwa 2009 ne 2010 akatabo akamanyiddwa ennyo mu Russia kafulumya nti Dr. Lee y'omu ku bakulembeze b'eddiini 10 abasinga okukwata ku bantu, mu katabo *In Victory* ne mu new agency *Christian Telegraph* olw'obuweereza bwe ku TV obw'amaanyi ne mu makanisa agali ebunaayira gasumba.

Weguweredde omwezi gw'okubiri mu 2019, Ekanisa ya Manmin Enkulu eweza ba memba abassuka mu 130,000. Waliwo amatabi g'ekanisa 11,000 mu nsi yonna, nga 56 gali mu nsi ye Korea, era aba minsani 99 beebakasindikibwa mu nsi 27, omuli Amerika, Russia, Germany, Canada, Japan, China, France, India, Kenya, n'endala nyingi.

Ekitabo kino w'ekifulumidde, Dr. Lee abadde awandiise ebitabo ebirala 115, omuli ebisinze okutunda nga *Okuloza ku Bulamu Obutaggwaawo nga si n'afa, Obulamu Bwange, Okukkirizu Kwanga I & II, Obubaka Bw'Omusalaba, Ekigera Okukkiriza, Eggulu I & II, Ggeyeena,* ne *Amaanyi ga Katonda.* Ebitabo bye bikyusiddwa okudda mu nnimi ezissuka mu 76.

Waliwo obubaka bwe obuwandiikibwa mu miko gye mpapula z'aWaliwo obubaka bwe obuwandiikibwa mu miko gye mpapula z'amawulire ng'olwa *The Hankook Ilbo, The JoongAng Daily, The Dong-A Ilbo, The Seoul Shinmun, The Kyunghyang Shinmun, The Hankyoreh Shinmun, The Korea Economic Daily, The Shisa News,* ne *The Christian Press.*

Dr. Lee kati akola ng'omukulembeze w'ebitongole by'obu misani bingi saako ebibiina: nga ye Sentebe wa, The United Holiness Church of Jesus Christ; Permanent President, The World Christianity Revival Mission Association; Ye yatandika era ali ku bboodi ya, Global Christian Network (GCN); Mutandisi era ye sentebe wa Bboodi ya, World Christian Doctors Network (WCDN); era ye yatandika era ye sentebe wa Bboodi ya, Manmin International Seminary (MIS).

Ebitabo ebirala Eby'amaanyi eby'omuwandiisi y'omu

Eggulu I & II

Ekifaananyi ekiraga ekifo ekirungi ennyo abatuuze b'omu ggulu mwe babeera n'ennyinyonyola ennungi ey'emitendera egy'enjawulo egy'obwakabaka obw'omu ggulu.

Obubaka Bw'Omusalaba

Obubaka obw'amaanyi obw'okuzuukusa abantu bonna ab'ebase mu mwoyo! Mu kitabo kino ojja kusangamu ensonga lwaki Yesu ye Mulokozi yekka n'okwagala okutuufu okwa Katonda.

Ggeyeena

Obubaka obw'amazima eri abantu bonna okuva eri Katonda, oyo atayagala wadde omwoyo ogumu okugwa mu bunnya bwa ggeyeena! Mujja kuzuula ebyo ebitayogerwangako ku bukambwa ate nga bwa ddala obuli mu magombe aga wansi aga geyeena.

Omwoyo, Emmeeme, n'Omubiri I & II

Ekitabo kino kiraga ekkubo eryangu eri abasomi eribasobozesa okwenyigira mu buzaaliranwa bwa Katonda era ne bafuna emikisa gyonna egyo egyabasuubizibwa Katonda.

Ekigera Okukkiriza

Kifo kya kika ki eky'okubeeramu, engule n'empeera ebikutegekeddwa mu ggulu? Ekitabo kino kikuwa amagezi n'okukulung'amya okusobola okupima okukkiriza kwo osobole okuluubirira okukkiriza okusingayo obukulu.

Zuukusa Isiraeri

Lwaki Katonda amaaso ge agakuumidde ku Isiraeri okuva olubereberye lw'ensi eno okutuuka leero? Alina nteekateeka ki gyategekedde Isiraeri mu nnaku ez'oluvannyuma, ezirindirwamu Omununuzi?

Obulamu Bwange, Okukkiriza Kwange I & II

Evvumbe ery'omwoyo erisingayo obulungi erigiddwa mu bulamu obwameruka n'okwagala kwa Katonda okutatuukika, wakati mu mayengo g'ekizikiza, n'enjegere ezinyogoga saako obulumi obutagambika.

Amaanyi ga Katonda

Kye kitabo ky'olina okusoma nga kikola ng'ekirung'amya eky'omugaso omuntu mwayinza okuyita okufuna okukkiriza okwa ddala n'okulaba amaanyi ga Katonda.

www.urimbooks.com

www.ingramcontent.com/pod-product-compliance
Lightning Source LLC
LaVergne TN
LVHW041812060526
838201LV00046B/1240